Anke Fischer

Familien Stammbuch

EDITION XXL

Inhalt

Meine Familienchronik

Meine Familie

Kennzeichen meiner Familie

Vorwort

Meine Familie lebt, weil meine Vorfahren ihr das Leben schenkten. Mit der Geburt gaben sie nicht nur ihre Gene und Erbanlagen mit, den Hang zu bestimmten Charakterzügen und Aussehen, sondern auch die Erziehung, das Umfeld, die Lebenskultur, das Verständnis und die Möglichkeit, uns in einem sozialen Verband geborgen zu fühlen und mit dessen Geschichte zu identifizieren. Jeder gehört zu einer Familie, die durch viele Einzigartigkeiten geprägt ist.

Auch nahm sie seit jeher regen Anteil am Weltgeschehen, das sich direkt auf das Leben jedes Einzelnen auswirkte, in Entscheidungen beeinflusste und Lebensumstände hervorbrachte, nach der sich die Familie vielleicht bis heute richtet.
Um uns mit unseren Vorfahren besser identifizieren zu können, gibt die Familienforschung ein Mittel in die Hand, das die Daten der Vorfahren aufzeichnet, miteinander vergleicht und sie uns vielleicht näher rückt.

Auch hinter den trockensten Aufzeichnungen, Nummerierungen und Daten stecken Menschen, die lebten und zu unseren Vorfahren gehörten – zu meiner Familie!

So wird nummeriert:

Damit Sie Ihre Ahnen zuordnen können, erhält jede einzelne Person eine charakteristische Kennziffer. Der Genealoge Stephan Kekulé von Stradonitz führte bereits im Jahre 1676 das einheitliche System ein, nach dem in der Familienforschung nummeriert wird.

Ziffer 1: Sie selber
Ziffern 2 und 3: Vater und Mutter
Ziffern 4 und 5 (väterlicherseits), 6 und 7 (mütterlicherseits): die jeweiligen Großeltern
Ziffern 8, 9, 10 und 11 (väterlicherseits), 12, 13, 14 und 15 (mütterlicherseits): die jeweiligen Urgroßeltern und so weiter.

Dabei werden gerade Zahlen an männliche und ungerade Zahlen an weibliche Vorfahren vergeben.

Nach diesem System haben:
Väter eine doppelt so hohe Ziffer wie das Kind.
Mütter eine doppelt so hohe Ziffer wie das Kind plus eins.

Mein Familienname

Jeden Menschen kennzeichnet ein Vor- und ein Familienname. Früher besaßen die Menschen jedoch nur einen Rufnamen, den Vornamen, mit dem sie sich innerhalb ihrer Familien und Dörfer auseinander hielten. Ab dem 12. Jahrhundert kamen zu den Rufnamen die ersten Familiennamen hinzu. Zuerst gab sich die Oberschicht einen Beinamen, wohl als Ausdruck der besonderen sozialen Stellung. Später, als die Rufnamen nicht mehr ausreichten, da die Bevölkerungsdichte stetig zunahm, erhielt jeder Mensch einen Zunamen. Der entstand vielfach aus dem Beruf oder der Tätigkeit, einem besonderen Kennzeichen und Charakterzug, ebenso durch seinen Heimatort oder das Land. Daraus bildeten sich die Familiennamen wie Müller, Bachmann, Schwab oder auch Fink. Über die Jahrhunderte hinweg sorgten Dialekte und Sprachentwicklungen für die Tausenden von verschiedenen Familiennamen, deren Herkunft heute oftmals nur in der Fachliteratur nachzuvollziehen ist.

Die Familiennamen stammen hauptsächlich ab:

1. vom Rufnamen, wobei der Rufname des Vaters als Anhängsel den Familiennamen bildete.
Beispiel: Friedrichs, der Sohn des Friedrichs

2. vom Ort oder der Wohnstätte, der Burg oder des Guts.
Beispiel: Bachmann oder Ambach, am Bach wohnend

3. von der örtlichen Herkunft, dem Herkunftsland.
Beispiel: Schlesinger, aus Schlesien

4. vom Beruf
Beispiele: Bäcker, Fleischer, Metzger oder auch Lehmann, ein in Lehen stehender Mann

5. von bestimmten Charakterzügen, körperlichen Merkmalen oder Spitznamen.
Beispiele: Groß, der Große, oder Pfau, der Eitle

Mein Familienname

stammt wahrscheinlich ab von

Quelle(n)

∞ Meine Stammlinie ∞

Aufbau einer Stammlinie

Die Stammlinie konzentriert sich ausschließlich auf die männliche Seite und führt zum ältesten Urahn in direkter Linie. Ausgangspunkt dabei ist der Proband, also derjenige (oder diejenige), für den (die) die Stammlinie angefertigt werden soll. Nach der genealogischen Nummerierung trägt der Proband die Kennziffer 1, der Vater die Ziffer 2, der Großvater die 4 und der Urgroßvater die 8. Jede weitere Nummerierung in der Stammlinie verdoppelt sich im Ziffernwert. Diese Nummerierung ermöglicht, dass später in den Ahnenlisten und im Stammbaum jede Person eine Nummer zugeordnet bekommt, also auch die weiblichen Vorfahren.

Da es sich um die rein männliche Linie handelt, werden Sie auch nur auf den Familiennamen treffen, den die männlichen Vorfahren per Gesetz bis 1992 in Deutschland vererbten. Falls sich innerhalb der Linie der Name doch ändert, können mehrere Möglichkeiten dafür als Ursache infrage kommen. In den meisten Fällen deutet dies darauf hin, dass es sich um ein uneheliches Kind handelt.

Auch kann der Familienname verändert ins Kirchenbuch eingetragen worden sein, weil der Schreiber ihn einfach falsch verstand. Von Region zu Region, auch von Ort zu Ort änderte sich nämlich der Dialekt in seiner Färbung. Und eine einheitliche Regelung der Rechtschreibung trat erst Anfang des 20. Jahrhunderts in Kraft.

Die Stammlinie enthält:

Kennziffer (Nummerierung)
Name, Vorname(n)
Geburtsdatum, Geburtsort
Sterbetag, Sterbeort
Beruf, Religion

∞ Hochzeitstag, Ort

Geburtsname, Vorname(n)
Geburtsdatum, Geburtsort
Sterbetag, Sterbeort
Beruf, Religion

Stammlinie Familie

1. (Proband)

Name: ______ Vorname(n): ______
Geburtsdatum: ______ Geburtsort: ______
Sterbetag: ______ Sterbeort: ______
Beruf: ______ Religion: ______

⚭ Hochzeitstag: ______ Ort: ______

Geburtsname: ______ Vorname(n): ______
Geburtsdatum: ______ Geburtsort: ______
Sterbetag: ______ Sterbeort: ______
Beruf: ______ Religion: ______

2. (Vater)

Name: ______ Vorname(n): ______
Geburtsdatum: ______ Geburtsort: ______
Sterbetag: ______ Sterbeort: ______
Beruf: ______ Religion: ______

⚭ Hochzeitstag: ______ Ort: ______

(Mutter)

Geburtsname: ______ Vorname(n) : ______
Geburtsdatum: ______ Geburtsort: ______
Sterbetag: ______ Sterbeort: ______
Beruf: ______ Religion: ______

4. (Großvater)

Name: ______ Vorname(n): ______
Geburtsdatum: ______ Geburtsort: ______
Sterbetag: ______ Sterbeort: ______
Beruf: ______ Religion: ______

⚭ Hochzeitstag: ______ Ort: ______

Stammlinie Familie

(Großmutter)
Geburtsname: ______ Vorname(n): ______
Geburtsdatum: ______ Geburtsort: ______
Sterbetag: ______ Sterbeort: ______
Beruf: ______ Religion: ______

8. (Urgroßvater)
Name: ______ Vorname(n): ______
Geburtsdatum: ______ Geburtsort: ______
Sterbetag: ______ Sterbeort: ______
Beruf: ______ Religion: ______

⚭ Hochzeitstag: ______ Ort: ______

(Urgroßmutter)
Geburtsname: ______ Vorname(n): ______
Geburtsdatum: ______ Geburtsort: ______
Sterbetag: ______ Sterbeort: ______
Beruf: ______ Religion: ______

16. (Altvater)
Name: ______ Vorname(n): ______
Geburtsdatum: ______ Geburtsort: ______
Sterbetag: ______ Sterbeort: ______
Beruf: ______ Religion: ______

⚭ Hochzeitstag: ______ Ort: ______

(Altmutter)
Geburtsname: ______ Vorname(n): ______
Geburtsdatum: ______ Geburtsort: ______
Sterbetag: ______ Sterbeort: ______
Beruf: ______ Religion: ______

Meine Ahnenliste

Die Ahnenliste, die auch als Ahnentafel geschrieben werden kann, geht vom Probanden, also von der Erstellerin oder dem Ersteller aus. Sie verzeichnet die Ahnen in den zurückliegenden Generationen, die sich dann in die väterliche und mütterliche Familienlinie der jeweiligen Elterngenerationen aufsplitten. Geschwister und andere Kinder werden dabei vernachlässigt. Durch die Aufnahme der weiblichen Familienmitglieder, die dem Partner in ungerader Nummerierung zur Seite gestellt werden, vergrößert sich die Tafel, besonders aber dadurch, dass auch die mütterliche Ahnenseite hinzukommt. Begonnen wird hier ebenfalls mit der Kennziffer 1 des Probanden.

Die Ahnenliste enthält:

Kennziffer (Nummerierung)
Name, Vorname(n)
Geburtsdatum, Geburtsort
Sterbetag, Sterbeort
Beruf, Religion

⚭ Hochzeitstag, Ort

Kennziffer (Nummerierung)
Geburtsname, Vorname(n)
Geburtsdatum, Geburtsort
Sterbetag, Sterbeort
Beruf, Religion

Meine Ahnenliste

Beispiel mit gekürzten Merkmalen

1. Proband

I. Ahnenreihe

2. Name Vater, Vorname etc.

3. Name (Geburtsname) Mutter, Vorname etc.

II. Ahnenreihe

4. Name Großvater (väterlicherseits), Vorname etc.

5. Name Großmutter (väterlicherseits), Vorname etc.

6. Name Großvater (Vater der Mutter), Vorname etc.

7. Name Großmutter (Mutter der Mutter), Vorname etc.

III. Ahnenreihe

8. Name Urgroßvater (Vater des Großvaters 4), Vorname etc.

9. Name Urgroßmutter (Mutter des Großvaters 4), Vorname etc.

10. Name Urgroßvater (Vater der Großmutter 5), Vorname etc.

11. Name Urgroßmutter (Mutter der Großmutter 5), Vorname etc.

12. Name Urgroßvater (Vater des Großvaters 6), Vorname etc.

13. Name Urgroßmutter (Mutter des Großvaters 6), Vorname etc.

14. Name Urgroßvater (Vater der Großmutter 7), Vorname etc.

15. Name Urgroßmutter (Mutter der Großmutter 7), Vorname etc.

usw.

Ahnenliste Familie

1. (Proband)

Name: ______ Vorname(n): ______
Geburtsdatum: ______ Geburtsort: ______
Sterbetag: ______ Sterbeort: ______
Beruf: ______ Religion: ______

∞ Hochzeitstag: ______ Ort: ______

Geburtsname: ______ Vorname(n): ______
Geburtsdatum: ______ Geburtsort: ______
Sterbetag: ______ Sterbeort: ______
Beruf: ______ Religion: ______

2. (Vater)

Name: ______ Vorname(n): ______
Geburtsdatum: ______ Geburtsort: ______
Sterbetag: ______ Sterbeort: ______
Beruf: ______ Religion: ______

∞ Hochzeitstag: ______ Ort: ______

3. (Mutter)

Geburtsname: ______ Vorname(n): ______
Geburtsdatum: ______ Geburtsort: ______
Sterbetag: ______ Sterbeort: ______
Beruf: ______ Religion: ______

4. (Großvater, Vater von 2)

Name: ______ Vorname(n): ______
Geburtsdatum: ______ Geburtsort: ______
Sterbetag: ______ Sterbeort: ______
Beruf: ______ Religion: ______

∞ Hochzeitstag: ______ Ort: ______

Ahnenliste Familie

5. (Großmutter, Mutter von 2)
Geburtsname: ______________ Vorname(n): ______________
Geburtsdatum: ______________ Geburtsort: ______________
Sterbetag: ______________ Sterbeort: ______________
Beruf: ______________ Religion: ______________

6. (Großvater, Vater von 3)
Name: ______________ Vorname(n): ______________
Geburtsdatum: ______________ Geburtsort: ______________
Sterbetag: ______________ Sterbeort: ______________
Beruf: ______________ Religion: ______________

Hochzeitstag: ______________ Ort: ______________

7. (Großmutter, Mutter von 3)
Geburtsname: ______________ Vorname(n): ______________
Geburtsdatum: ______________ Geburtsort: ______________
Sterbetag: ______________ Sterbeort: ______________
Beruf: ______________ Religion: ______________

8. (Urgroßvater, Vater von 4)
Name: ______________ Vorname(n): ______________
Geburtsdatum: ______________ Geburtsort: ______________
Sterbetag: ______________ Sterbeort: ______________
Beruf: ______________ Religion: ______________

Hochzeitstag: ______________ Ort: ______________

9. (Urgroßmutter, Mutter von 4)
Geburtsname: ______________ Vorname(n): ______________
Geburtsdatum: ______________ Geburtsort: ______________
Sterbetag: ______________ Sterbeort: ______________
Beruf: ______________ Religion: ______________

Ahnenliste Familie

10. (Urgroßvater, Vater von 5)

Name: ______ Vorname(n): ______
Geburtsdatum: ______ Geburtsort: ______
Sterbetag: ______ Sterbeort: ______
Beruf: ______ Religion: ______

ꝏ Hochzeitstag: ______ Ort: ______

11. (Urgroßmutter, Mutter von 5)

Geburtsname: ______ Vorname(n): ______
Geburtsdatum: ______ Geburtsort: ______
Sterbetag: ______ Sterbeort: ______
Beruf: ______ Religion: ______

12. (Urgroßvater, Vater von 6)

Name: ______ Vorname(n): ______
Geburtsdatum: ______ Geburtsort: ______
Sterbetag: ______ Sterbeort: ______
Beruf: ______ Religion: ______

ꝏ Hochzeitstag: ______ Ort: ______

13. (Urgroßmutter, Mutter von 6)

Geburtsname: ______ Vorname(n): ______
Geburtsdatum: ______ Geburtsort: ______
Sterbetag: ______ Sterbeort: ______
Beruf: ______ Religion: ______

14. (Urgroßvater, Vater von 7)

Name: ______ Vorname(n): ______
Geburtsdatum: ______ Geburtsort: ______
Sterbetag: ______ Sterbeort: ______
Beruf: ______ Religion: ______

ꝏ Hochzeitstag: ______ Ort: ______

Ahnenliste Familie

15. (Urgroßmutter, Mutter von 7)
Geburtsname: ______ Vorname(n): ______
Geburtsdatum: ______ Geburtsort: ______
Sterbetag: ______ Sterbeort: ______
Beruf: ______ Religion: ______

16. (Altvater, Vater von 8)
Name: ______ Vorname(n): ______
Geburtsdatum: ______ Geburtsort: ______
Sterbetag: ______ Sterbeort: ______
Beruf: ______ Religion: ______

⚭ Hochzeitstag: ______ Ort: ______

17. (Altmutter, Mutter von 8)
Geburtsname: ______ Vorname(n): ______
Geburtsdatum: ______ Geburtsort: ______
Sterbetag: ______ Sterbeort: ______
Beruf: ______ Religion: ______

18. (Altvater, Vater von 9)
Name: ______ Vorname(n): ______
Geburtsdatum: ______ Geburtsort: ______
Sterbetag: ______ Sterbeort: ______
Beruf: ______ Religion: ______

⚭ Hochzeitstag: ______ Ort: ______

19. (Altmutter, Mutter von 9)
Geburtsname: ______ Vorname(n): ______
Geburtsdatum: ______ Geburtsort: ______
Sterbetag: ______ Sterbeort: ______
Beruf: ______ Religion: ______

Ahnenliste Familie

20. (Altvater, Vater von 10)

Name: ______ Vorname(n): ______
Geburtsdatum: ______ Geburtsort: ______
Sterbetag: ______ Sterbeort: ______
Beruf: ______ Religion: ______

⚭ Hochzeitstag: ______ Ort: ______

21. (Altmutter, Mutter von 10)

Geburtsname: ______ Vorname(n): ______
Geburtsdatum: ______ Geburtsort: ______
Sterbetag: ______ Sterbeort: ______
Beruf: ______ Religion: ______

22. (Altvater, Vater von 11)

Name: ______ Vorname(n): ______
Geburtsdatum: ______ Geburtsort: ______
Sterbetag: ______ Sterbeort: ______
Beruf: ______ Religion: ______

⚭ Hochzeitstag: ______ Ort: ______

23. (Altmutter, Mutter von 11)

Geburtsname: ______ Vorname(n): ______
Geburtsdatum: ______ Geburtsort: ______
Sterbetag: ______ Sterbeort: ______
Beruf: ______ Religion: ______

24. (Altvater, Vater von 12)

Name: ______ Vorname(n): ______
Geburtsdatum: ______ Geburtsort: ______
Sterbetag: ______ Sterbeort: ______
Beruf: ______ Religion: ______

⚭ Hochzeitstag: ______ Ort: ______

Ahnenliste Familie

25. (Altmutter, Mutter von 12)
Geburtsname: ______________ Vorname(n): ______________
Geburtsdatum: ______________ Geburtsort: ______________
Sterbetag: ______________ Sterbeort: ______________
Beruf: ______________ Religion: ______________

26. (Altvater, Vater von 13)
Name: ______________ Vorname(n): ______________
Geburtsdatum: ______________ Geburtsort: ______________
Sterbetag: ______________ Sterbeort: ______________
Beruf: ______________ Religion: ______________

⚭ Hochzeitstag: ______________ Ort: ______________

27. (Altmutter, Mutter von 13)
Geburtsname: ______________ Vorname(n): ______________
Geburtsdatum: ______________ Geburtsort: ______________
Sterbetag: ______________ Sterbeort: ______________
Beruf: ______________ Religion: ______________

28. (Altvater, Vater von 14)
Name: ______________ Vorname(n): ______________
Geburtsdatum: ______________ Geburtsort: ______________
Sterbetag: ______________ Sterbeort: ______________
Beruf: ______________ Religion: ______________

⚭ Hochzeitstag: ______________ Ort: ______________

29. (Altmutter, Mutter von 14)
Geburtsname: ______________ Vorname(n): ______________
Geburtsdatum: ______________ Geburtsort: ______________
Sterbetag: ______________ Sterbeort: ______________
Beruf ______________ Religion: ______________

Ahnenliste Familie

30. (Altvater, Vater von 15)

Name: __________ Vorname(n): __________

Geburtsdatum: __________ Geburtsort: __________

Sterbetag: __________ Sterbeort: __________

Beruf: __________ Religion: __________

⚭ Hochzeitstag: __________ Ort: __________

31. (Altmutter, Mutter von 15)

Geburtsname: __________ Vorname(n): __________

Geburtsdatum: __________ Geburtsort: __________

Sterbetag: __________ Sterbeort: __________

Beruf: __________ Religion: __________

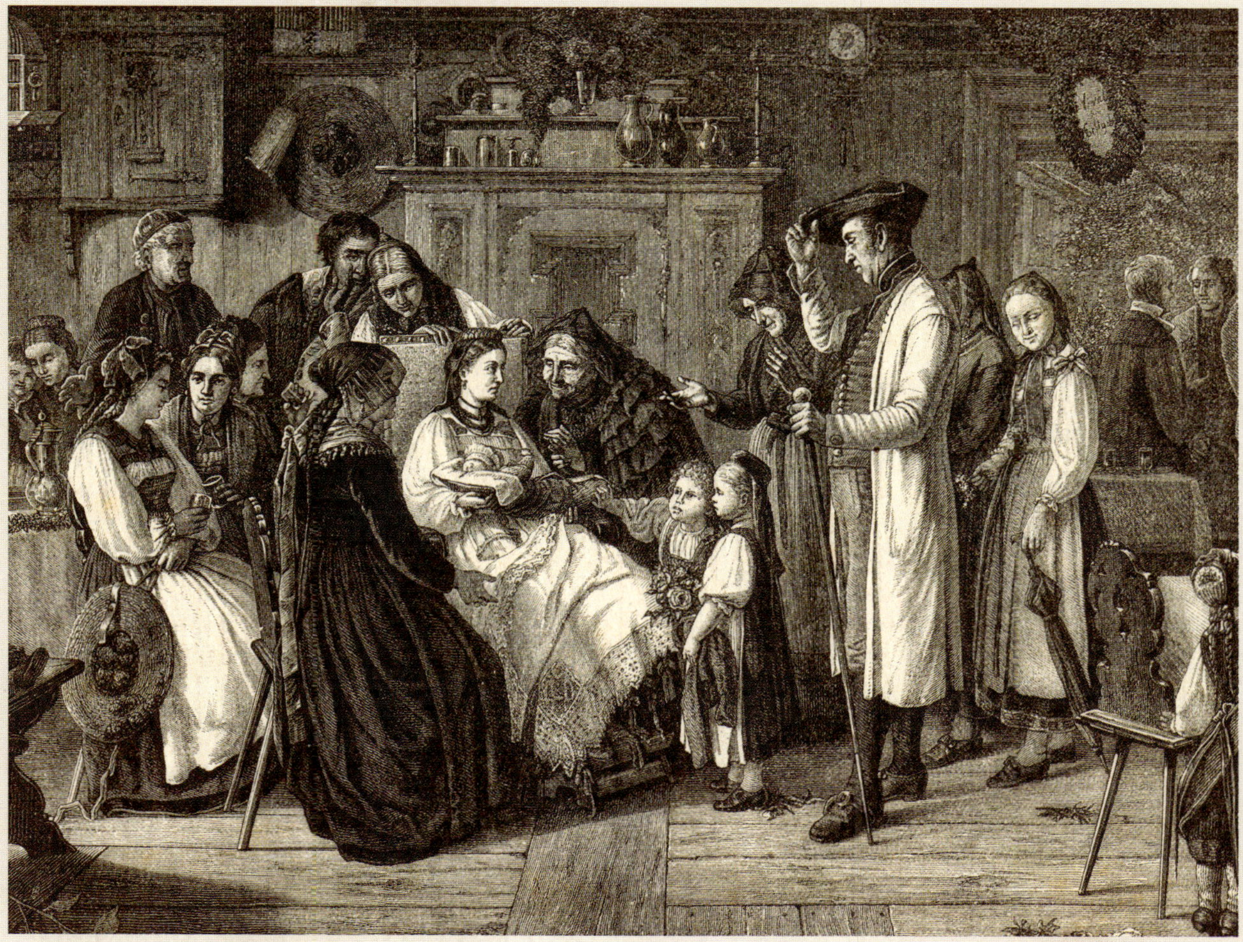

1

Meine Daten

Name ______ Geburtsname ______

Vorname(n) ______

geboren am ______ in ______

getauft am ______ in ______

Taufpaten ______

gestorben am ______ in ______

beerdigt am ______ in ______

Vater ______ geb. am ______ in ______

Mutter ______ geb. am ______ in ______

Geschwister

1. ______ geb. ______ gest. ______
2. ______ geb. ______ gest. ______
3. ______ geb. ______ gest. ______
4. ______ geb. ______ gest. ______

1. Heirat am ______ in ______ mit ______

2. Heirat am ______ in ______ mit ______

Kinder

1. ______ geb. ______ gest. ______
2. ______ geb. ______ gest. ______
3. ______ geb. ______ gest. ______
4. ______ geb. ______ gest. ______

Die Persönlichkeit

Kleinkindzeit

Schulbeginn am ______ in ______

Schulbildung

Schulabschluss am ______ in ______

Kommunion am ______ in ______

Firmung am ______ in ______

Konfirmation am ______ in ______

Berufsbildung

Berufsabschluss

Die Persönlichkeit

Umzüge und Wohnorte

am ______________________ nach ______________________

am ______________________ nach ______________________

am ______________________ nach ______________________

am ______________________ nach ______________________

Beruflicher Werdegang und ausgeübte Tätigkeiten

Ehrenämter

Pension/Rente

Anmerkungen

Zeitungsausschnitte, Anzeigen,

Karten und Fotos

Körperliche Merkmale

Größe ______ Gewicht ______ Augenfarbe ______

Haarfarbe ______ Körperbau ______

Besondere Merkmale ______

Charaktereigenschaften ______

______

Krankheiten ______

______

Besondere Interessen

______

______

Reisen

______

______

2

Mein Vater

Name ______________________ Geburtsname ______________________

Vorname(n) ____

geboren am ______________________ in ______________________

getauft am ______________________ in ______________________

Taufpaten ____

gestorben am ______________________ in ______________________

beerdigt am ______________________ in ______________________

Vater ______________________ geb. am __________ in __________

Mutter ______________________ geb. am __________ in __________

Geschwister

1. ______________________ geb. __________ gest. __________
2. ______________________ geb. __________ gest. __________
3. ______________________ geb. __________ gest. __________
4. ______________________ geb. __________ gest. __________

1. Heirat am ______________________ in __________ mit __________

2. Heirat am ______________________ in __________ mit __________

Kinder

1. ______________________ geb. __________ gest. __________
2. ______________________ geb. __________ gest. __________
3. ______________________ geb. __________ gest. __________
4. ______________________ geb. __________ gest. __________

Die Persönlichkeit

Kleinkindzeit ______________________________

____

____

____

____

Schulbeginn am ______________ in ______________

Schulbildung ______________________________

____

____

____

Schulabschluss am ______________ in ______________

Kommunion am ______________ in ______________

Firmung am ______________ in ______________

Konfirmation am ______________ in ______________

Berufsbildung ______________________________

____

____

Berufsabschluss ______________________________

____

____

____

Die Persönlichkeit

Umzüge und Wohnorte

am ______________________ nach ______________________

am ______________________ nach ______________________

am ______________________ nach ______________________

am ______________________ nach ______________________

Beruflicher Werdegang und ausgeübte Tätigkeiten

Ehrenämter

Pension/Rente

Anmerkungen

Zeitungsausschnitte, Anzeigen,

Karten und Fotos

Körperliche Merkmale

Größe ____________ Gewicht ____________ Augenfarbe ____________

Haarfarbe ____________ Körperbau ____________

Besondere Merkmale ____________

Charaktereigenschaften ____________

____

Krankheiten ____________

____

Besondere Interessen

____

____

Reisen

____

____

3

Meine Mutter

Name ______________________ Geburtsname ______________________

Vorname(n) ____

geboren am ______________________ in ______________________

getauft am ______________________ in ______________________

Taufpaten ____

gestorben am ______________________ in ______________________

beerdigt am ______________________ in ______________________

Vater ______________________ geb. am ____________ in ______________

Mutter ______________________ geb. am ____________ in ______________

Geschwister

1. ______________________ geb. ____________ gest. ______________
2. ______________________ geb. ____________ gest. ______________
3. ______________________ geb. ____________ gest. ______________
4. ______________________ geb. ____________ gest. ______________

1. Heirat am ______________________ in ____________ mit ______________
2. Heirat am ______________________ in ____________ mit ______________

Kinder

1. ______________________ geb. ____________ gest. ______________
2. ______________________ geb. ____________ gest. ______________
3. ______________________ geb. ____________ gest. ______________
4. ______________________ geb. ____________ gest. ______________

Die Persönlichkeit

Kleinkindzeit ____________________

____

____

____

____

Schulbeginn am ____________ in ____________

Schulbildung ____________________

____

____

____

Schulabschluss am ____________ in ____________

Kommunion am ____________ in ____________

Firmung am ____________ in ____________

Konfirmation am ____________ in ____________

Berufsbildung ____________________

____

____

Berufsabschluss ____________________

____

____

____

Die Persönlichkeit

Umzüge und Wohnorte

am ______________________ nach ______________________

am ______________________ nach ______________________

am ______________________ nach ______________________

am ______________________ nach ______________________

Beruflicher Werdegang und ausgeübte Tätigkeiten

Ehrenämter

Pension/Rente

Anmerkungen

Zeitungsausschnitte, Anzeigen,

Karten und Fotos

Körperliche Merkmale

Größe ____________ **Gewicht** ____________ **Augenfarbe** ______________________

Haarfarbe ____________ **Körperbau** ______________________________

Besondere Merkmale ______________________________________

Charaktereigenschaften ____________________________________

____

Krankheiten ____

____

Besondere Interessen

____

____

Reisen

____

____

4

Mein Großvater

(Vater von 2)

Name ______________________ Geburtsname ______________________

Vorname(n) ______________________

geboren am ______________________ in ______________________

getauft am ______________________ in ______________________

Taufpaten ______________________

gestorben am ______________________ in ______________________

beerdigt am ______________________ in ______________________

Vater ______________________ geb. am ____________ in ____________

Mutter ______________________ geb. am ____________ in ____________

Geschwister

1. ______________________ geb. ____________ gest. ____________
2. ______________________ geb. ____________ gest. ____________
3. ______________________ geb. ____________ gest. ____________
4. ______________________ geb. ____________ gest. ____________

1. Heirat am ______________________ in ____________ mit ____________

2. Heirat am ______________________ in ____________ mit ____________

Kinder

1. ______________________ geb. ____________ gest. ____________
2. ______________________ geb. ____________ gest. ____________
3. ______________________ geb. ____________ gest. ____________
4. ______________________ geb. ____________ gest. ____________

Die Persönlichkeit

Kleinkindzeit ____________________

Schulbeginn am __________ in __________

Schulbildung ____________________

Schulabschluss am __________ in __________

Kommunion am __________ in __________

Firmung am __________ in __________

Konfirmation am __________ in __________

Berufsbildung ____________________

Berufsabschluss ____________________

Die Persönlichkeit

Umzüge und Wohnorte

am ______________________ nach ______________________

am ______________________ nach ______________________

am ______________________ nach ______________________

am ______________________ nach ______________________

Beruflicher Werdegang und ausgeübte Tätigkeiten

Ehrenämter

Pension/Rente

Anmerkungen

Zeitungsausschnitte, Anzeigen,

Karten und Fotos

Körperliche Merkmale

Größe ____________ Gewicht ____________ Augenfarbe ____________________

Haarfarbe ____________ Körperbau ______________________________

Besondere Merkmale ______________________________________

Charaktereigenschaften ____________________________________

____

Krankheiten ____

____

Besondere Interessen

____

____

Reisen

____

____

5

Meine Großmutter
(Mutter von 2)

Name ______________________ Geburtsname ______________________

Vorname(n) ____

geborem am ____________________ in ______________________

getauft am ____________________ in ______________________

Taufpaten ____

gestorben am __________________ in ______________________

beerdigt am ___________________ in ______________________

Vater ______________________ geb. am __________ in __________

Mutter _____________________ geb. am __________ in __________

Geschwister

1. ______________________ geb. __________ gest. __________
2. ______________________ geb. __________ gest. __________
3. ______________________ geb. __________ gest. __________
4. ______________________ geb. __________ gest. __________

1. Heirat am ____________________ in __________ mit __________

2. Heirat am ____________________ in __________ mit __________

Kinder

1. ______________________ geb. __________ gest. __________
2. ______________________ geb. __________ gest. __________
3. ______________________ geb. __________ gest. __________
4. ______________________ geb. __________ gest. __________

Die Persönlichkeit

Kleinkindzeit ____

____

____

____

____

Schulbeginn am ____________________ in ____________________

Schulbildung ____

____

____

____

Schulabschluss am ____________________ in ____________________

Kommunion am ____________________ in ____________________

Firmung am ____________________ in ____________________

Konfirmation am ____________________ in ____________________

Berufsbildung ____

____

____

Berufsabschluss ____

____

____

____

Die Persönlichkeit

Umzüge und Wohnorte

am ______________________ nach ______________________

am ______________________ nach ______________________

am ______________________ nach ______________________

am ______________________ nach ______________________

Beruflicher Werdegang und ausgeübte Tätigkeiten

Ehrenämter

Pension/Rente

Anmerkungen

Zeitungsausschnitte, Anzeigen,

Karten und Fotos

Körperliche Merkmale

Größe ______________ *Gewicht* ______________ *Augenfarbe* ______________

Haarfarbe ______________ *Körperbau* ______________

Besondere Merkmale ______________

Charaktereigenschaften ______________

____

Krankheiten ______________

____

Besondere Interessen

____

____

Reisen

____

____

6

Mein Großvater
(Vater von 3)

Name ______________________ Geburtsname ______________________

Vorname(n) ____

geboren am ______________________ in ______________________

getauft am ______________________ in ______________________

Taufpaten ____

gestorben am ______________________ in ______________________

beerdigt am ______________________ in ______________________

Vater ______________________ geb. am __________ in __________

Mutter ______________________ geb. am __________ in __________

Geschwister

1. ______________________ geb. __________ gest. __________
2. ______________________ geb. __________ gest. __________
3. ______________________ geb. __________ gest. __________
4. ______________________ geb. __________ gest. __________

1. Heirat am ______________________ in __________ mit __________

2. Heirat am ______________________ in __________ mit __________

Kinder

1. ______________________ geb. __________ gest. __________
2. ______________________ geb. __________ gest. __________
3. ______________________ geb. __________ gest. __________
4. ______________________ geb. __________ gest. __________

Die Persönlichkeit

Kleinkindzeit ______________________________

____

____

____

____

Schulbeginn am ______________ *in* ______________

Schulbildung ______________________________

____

____

____

Schulabschluss am ______________ *in* ______________

Kommunion am ______________ *in* ______________

Firmung am ______________ *in* ______________

Konfirmation am ______________ *in* ______________

Berufsbildung ______________________________

____

____

Berufsabschluss ______________________________

____

____

____

Die Persönlichkeit

Umzüge und Wohnorte

am ______________________ nach ______________________

am ______________________ nach ______________________

am ______________________ nach ______________________

am ______________________ nach ______________________

Beruflicher Werdegang und ausgeübte Tätigkeiten

Ehrenämter

Pension/Rente

Anmerkungen

Zeitungsausschnitte, Anzeigen,

Karten und Fotos

Körperliche Merkmale

Größe ____________ **Gewicht** ____________ **Augenfarbe** ________________________

Haarfarbe ____________ **Körperbau** ____

Besondere Merkmale ____

Charaktereigenschaften ____

____

Krankheiten ____

____

Besondere Interessen

____

____

Reisen

____

____

7

Meine Großmutter

(Mutter von 3)

Name ____________________ Geburtsname ____________________

Vorname(n) ____

geboren am ____________________ in ____________________

getauft am ____________________ in ____________________

Taufpaten ____

gestorben am ____________________ in ____________________

beerdigt am ____________________ in ____________________

Vater ____________________ geb. am __________ in __________

Mutter ____________________ geb. am __________ in __________

Geschwister

1. ____________________ geb. __________ gest. __________
2. ____________________ geb. __________ gest. __________
3. ____________________ geb. __________ gest. __________
4. ____________________ geb. __________ gest. __________

1. Heirat am ____________________ in __________ mit __________

2. Heirat am ____________________ in __________ mit __________

Kinder

1. ____________________ geb. __________ gest. __________
2. ____________________ geb. __________ gest. __________
3. ____________________ geb. __________ gest. __________
4. ____________________ geb. __________ gest. __________

Die Persönlichkeit

Kleinkindzeit ______________________________

____

____

____

____

Schulbeginn am ______________ in ______________

Schulbildung ______________________________

____

____

____

Schulabschluss am ______________ in ______________

Kommunion am ______________ in ______________

Firmung am ______________ in ______________

Konfirmation am ______________ in ______________

Berufsbildung ______________________________

____

____

Berufsabschluss ______________________________

____

____

____

Die Persönlichkeit

Umzüge und Wohnorte

am ______________________ nach ______________________

am ______________________ nach ______________________

am ______________________ nach ______________________

am ______________________ nach ______________________

Beruflicher Werdegang und ausgeübte Tätigkeiten

Ehrenämter

Pension/Rente

Anmerkungen

Zeitungsausschnitte, Anzeigen,

Karten und Fotos

Körperliche Merkmale

Größe ____________ Gewicht ____________ Augenfarbe ____________________

Haarfarbe ____________ Körperbau ______________________________

Besondere Merkmale ______________________________________

Charaktereigenschaften ____________________________________

____

Krankheiten ____

____

Besondere Interessen

____

____

Reisen

____

____

8

Mein Urgroßvater

(Vater von 4)

Name ______________________ Geburtsname ______________________

Vorname(n) ______________________

geboren am ______________________ in ______________________

getauft am ______________________ in ______________________

Taufpaten ______________________

gestorben am ______________________ in ______________________

beerdigt am ______________________ in ______________________

Vater ______________________ geb. am ____________ in ____________

Mutter ______________________ geb. am ____________ in ____________

Geschwister

1. ______________________ geb. ____________ gest. ____________
2. ______________________ geb. ____________ gest. ____________
3. ______________________ geb. ____________ gest. ____________
4. ______________________ geb. ____________ gest. ____________

1. Heirat am ______________________ in ____________ mit ____________

2. Heirat am ______________________ in ____________ mit ____________

Kinder

1. ______________________ geb. ____________ gest. ____________
2. ______________________ geb. ____________ gest. ____________
3. ______________________ geb. ____________ gest. ____________
4. ______________________ geb. ____________ gest. ____________

Die Persönlichkeit

Kleinkindzeit ______________________________

____

____

____

____

Schulbeginn am ______________ in ______________

Schulbildung ______________________________

____

____

____

Schulabschluss am ______________ in ______________

Kommunion am ______________ in ______________

Firmung am ______________ in ______________

Konfirmation am ______________ in ______________

Berufsbildung ______________________________

____

____

Berufsabschluss ______________________________

____

____

____

Die Persönlichkeit

Umzüge und Wohnorte

am ______________________ nach ______________________

am ______________________ nach ______________________

am ______________________ nach ______________________

am ______________________ nach ______________________

Beruflicher Werdegang und ausgeübte Tätigkeiten

Ehrenämter

Pension/Rente

Anmerkungen

Zeitungsausschnitte, Anzeigen,

Karten und Fotos

Körperliche Merkmale

Größe ______________ Gewicht ______________ Augenfarbe ______________________

Haarfarbe ______________ Körperbau ______________________________

Besondere Merkmale ______________________________________

Charaktereigenschaften ______________________________________

____

Krankheiten ____

____

Besondere Interessen

____

____

Reisen

____

____

9

Meine Urgroßmutter

(Mutter von 4)

Name ______ Geburtsname ______

Vorname(n) ______

geboren am ______ in ______

getauft am ______ in ______

Taufpaten ______

gestorben am ______ in ______

beerdigt am ______ in ______

Vater ______ geb. am ______ in ______

Mutter ______ geb. am ______ in ______

Geschwister

1. ______ geb. ______ gest. ______
2. ______ geb. ______ gest. ______
3. ______ geb. ______ gest. ______
4. ______ geb. ______ gest. ______

1. Heirat am ______ in ______ mit ______

2. Heirat am ______ in ______ mit ______

Kinder

1. ______ geb. ______ gest. ______
2. ______ geb. ______ gest. ______
3. ______ geb. ______ gest. ______
4. ______ geb. ______ gest. ______

Die Persönlichkeit

Kleinkindzeit ______________________________

____

____

____

____

Schulbeginn am ______________ in ______________

Schulbildung ______________________________

____

____

____

Schulabschluss am ______________ in ______________

Kommunion am ______________ in ______________

Firmung am ______________ in ______________

Konfirmation am ______________ in ______________

Berufsbildung ______________________________

____

____

Berufsabschluss ______________________________

____

____

____

Die Persönlichkeit

Umzüge und Wohnorte

am ______________________ nach ______________________

am ______________________ nach ______________________

am ______________________ nach ______________________

am ______________________ nach ______________________

Beruflicher Werdegang und ausgeübte Tätigkeiten

Ehrenämter

Pension/Rente

Anmerkungen

Zeitungsausschnitte, Anzeigen,

Karten und Fotos

Körperliche Merkmale

Größe ____________ Gewicht ____________ Augenfarbe ____________

Haarfarbe ____________ Körperbau ____________

Besondere Merkmale ____________

Charaktereigenschaften ____________

____

Krankheiten ____________

____

Besondere Interessen

____

____

Reisen

____

____

10

Mein Urgroßvater

(Vater von 5)

Name ______________________ Geburtsname ______________________

Vorname(n) ______________________

geboren am ______________________ in ______________________

getauft am ______________________ in ______________________

Taufpaten ______________________

gestorben am ______________________ in ______________________

beerdigt am ______________________ in ______________________

Vater ______________________ geb. am ____________ in ____________

Mutter ______________________ geb. am ____________ in ____________

Geschwister

1. ______________________ geb. ____________ gest. ____________
2. ______________________ geb. ____________ gest. ____________
3. ______________________ geb. ____________ gest. ____________
4. ______________________ geb. ____________ gest. ____________

1. Heirat am ______________________ in ____________ mit ____________

2. Heirat am ______________________ in ____________ mit ____________

Kinder

1. ______________________ geb. ____________ gest. ____________
2. ______________________ geb. ____________ gest. ____________
3. ______________________ geb. ____________ gest. ____________
4. ______________________ geb. ____________ gest. ____________

Die Persönlichkeit

Kleinkindzeit ______________________________

____

____

____

____

Schulbeginn am ______________ in ______________

Schulbildung ______________________________

____

____

____

Schulabschluss am ______________ in ______________

Kommunion am ______________ in ______________

Firmung am ______________ in ______________

Konfirmation am ______________ in ______________

Berufsbildung ______________________________

____

____

Berufsabschluss ______________________________

____

____

____

Die Persönlichkeit

Umzüge und Wohnorte

am ______________________ nach ______________________

am ______________________ nach ______________________

am ______________________ nach ______________________

am ______________________ nach ______________________

Beruflicher Werdegang und ausgeübte Tätigkeiten

Ehrenämter

Pension/Rente

Anmerkungen

Zeitungsausschnitte, Anzeigen,

Karten und Fotos

Körperliche Merkmale

Größe ______________ *Gewicht* ______________ *Augenfarbe* ______________

Haarfarbe ______________ *Körperbau* ______________

Besondere Merkmale ______________

Charaktereigenschaften ______________

____

Krankheiten ______________

____

Besondere Interessen

____

____

Reisen

____

____

11

Meine Urgroßmutter
(Mutter von 5)

Name ______________________ Geburtsname ______________________

Vorname(n) ______________________

geboren am ______________________ in ______________________

getauft am ______________________ in ______________________

Taufpaten ______________________

gestorben am ______________________ in ______________________

beerdigt am ______________________ in ______________________

Vater ______________________ geb. am ____________ in ____________

Mutter ______________________ geb. am ____________ in ____________

Geschwister

1. ______________________ geb. ____________ gest. ____________
2. ______________________ geb. ____________ gest. ____________
3. ______________________ geb. ____________ gest. ____________
4. ______________________ geb. ____________ gest. ____________

1\. Heirat am ______________________ in ____________ mit ____________

2\. Heirat am ______________________ in ____________ mit ____________

Kinder

1. ______________________ geb. ____________ gest. ____________
2. ______________________ geb. ____________ gest. ____________
3. ______________________ geb. ____________ gest. ____________
4. ______________________ geb. ____________ gest. ____________

Die Persönlichkeit

Kleinkindzeit ______________________________

____

____

____

____

Schulbeginn am ______________ in ______________

Schulbildung ______________________________

____

____

____

Schulabschluss am ______________ in ______________

Kommunion am ______________ in ______________

Firmung am ______________ in ______________

Konfirmation am ______________ in ______________

Berufsbildung ______________________________

____

____

Berufsabschluss ______________________________

____

____

____

Die Persönlichkeit

Umzüge und Wohnorte

am ______________________ nach ______________________

am ______________________ nach ______________________

am ______________________ nach ______________________

am ______________________ nach ______________________

Beruflicher Werdegang und ausgeübte Tätigkeiten

Ehrenämter

Pension/Rente

Anmerkungen

Zeitungsausschnitte, Anzeigen,

Karten und Fotos

Körperliche Merkmale

Größe ______________ Gewicht ______________ Augenfarbe ______________________________

Haarfarbe ______________ Körperbau ____

Besondere Merkmale ____

Charaktereigenschaften ____

____

Krankheiten ____

____

Besondere Interessen

____

____

Reisen

____

____

12

Mein Urgroßvater

(Vater von 6)

Name ______________________ Geburtsname ______________________

Vorname(n) ______________________

geboren am ______________________ in ______________________

getauft am ______________________ in ______________________

Taufpaten ______________________

gestorben am ______________________ in ______________________

beerdigt am ______________________ in ______________________

Vater ______________________ geb. am ____________ in ____________

Mutter ______________________ geb. am ____________ in ____________

Geschwister

1. ______________________ geb. ____________ gest. ____________
2. ______________________ geb. ____________ gest. ____________
3. ______________________ geb. ____________ gest. ____________
4. ______________________ geb. ____________ gest. ____________

1\. Heirat am ______________________ in ____________ mit ____________

2\. Heirat am ______________________ in ____________ mit ____________

Kinder

1. ______________________ geb. ____________ gest. ____________
2. ______________________ geb. ____________ gest. ____________
3. ______________________ geb. ____________ gest. ____________
4. ______________________ geb. ____________ gest. ____________

Die Persönlichkeit

Kleinkindzeit ______

Schulbeginn am ______ in ______

Schulbildung ______

Schulabschluss am ______ in ______

Kommunion am ______ in ______

Firmung am ______ in ______

Konfirmation am ______ in ______

Berufsbildung ______

Berufsabschluss ______

Die Persönlichkeit

Umzüge und Wohnorte

am ______________________ nach ______________________

am ______________________ nach ______________________

am ______________________ nach ______________________

am ______________________ nach ______________________

Beruflicher Werdegang und ausgeübte Tätigkeiten

Ehrenämter

Pension/Rente

Anmerkungen

Zeitungsausschnitte, Anzeigen,

Karten und Fotos

Körperliche Merkmale

Größe ______________ *Gewicht* ______________ *Augenfarbe* ______________

Haarfarbe ______________ *Körperbau* ______________

Besondere Merkmale ______________

Charaktereigenschaften ______________

____

Krankheiten ______________

____

Besondere Interessen

____

____

Reisen

____

____

13

Meine Urgroßmutter

(Mutter von 6)

Name ______ Geburtsname ______

Vorname(n) ______

geboren am ______ in ______

getauft am ______ in ______

Taufpaten ______

gestorben am ______ in ______

beerdigt am ______ in ______

Vater ______ geb. am ______ in ______

Mutter ______ geb. am ______ in ______

Geschwister

1. ______ geb. ______ gest. ______
2. ______ geb. ______ gest. ______
3. ______ geb. ______ gest. ______
4. ______ geb. ______ gest. ______

1. Heirat am ______ in ______ mit ______

2. Heirat am ______ in ______ mit ______

Kinder

1. ______ geb. ______ gest. ______
2. ______ geb. ______ gest. ______
3. ______ geb. ______ gest. ______
4. ______ geb. ______ gest. ______

Die Persönlichkeit

Kleinkindzeit

Schulbeginn am in

Schulbildung

Schulabschluss am in

Kommunion am in

Firmung am in

Konfirmation am in

Berufsbildung

Berufsabschluss

Die Persönlichkeit

Umzüge und Wohnorte

am ______________________ nach ______________________

am ______________________ nach ______________________

am ______________________ nach ______________________

am ______________________ nach ______________________

Beruflicher Werdegang und ausgeübte Tätigkeiten

Ehrenämter

Pension/Rente

Anmerkungen

Zeitungsausschnitte, Anzeigen,

Karten und Fotos

Körperliche Merkmale

Größe ______________ Gewicht ______________ Augenfarbe ______________

Haarfarbe ______________ Körperbau ______________

Besondere Merkmale ______________

Charaktereigenschaften ______________

____

Krankheiten ______________

____

Besondere Interessen

____

____

Reisen

____

____

14

Mein Urgroßvater
(Vater von 7)

Name ______________________ Geburtsname ______________________

Vorname(n) ____

geboren am ______________________ in ______________________

getauft am ______________________ in ______________________

Taufpaten ____

gestorben am ______________________ in ______________________

beerdigt am ______________________ in ______________________

Vater ______________________ geb. am ____________ in ______________

Mutter ______________________ geb. am ____________ in ______________

Geschwister

1. ______________________ geb. ____________ gest. ______________
2. ______________________ geb. ____________ gest. ______________
3. ______________________ geb. ____________ gest. ______________
4. ______________________ geb. ____________ gest. ______________

1. Heirat am ______________ in ______________ mit ______________
2. Heirat am ______________ in ______________ mit ______________

Kinder

1. ______________________ geb. ____________ gest. ______________
2. ______________________ geb. ____________ gest. ______________
3. ______________________ geb. ____________ gest. ______________
4. ______________________ geb. ____________ gest. ______________

Die Persönlichkeit

Kleinkindzeit ______________________________

____

____

____

____

Schulbeginn am ______________ *in* ______________

Schulbildung ______________________________

____

____

____

Schulabschluss am ______________ *in* ______________

Kommunion am ______________ *in* ______________

Firmung am ______________ *in* ______________

Konfirmation am ______________ *in* ______________

Berufsbildung ______________________________

____

____

Berufsabschluss ______________________________

____

____

____

Die Persönlichkeit

Umzüge und Wohnorte

am ______________________ *nach* ______________________

am ______________________ *nach* ______________________

am ______________________ *nach* ______________________

am ______________________ *nach* ______________________

Beruflicher Werdegang und ausgeübte Tätigkeiten

Ehrenämter

Pension/Rente

Anmerkungen

Zeitungsausschnitte, Anzeigen,

Karten und Fotos

Körperliche Merkmale

Größe ______________ Gewicht ______________ Augenfarbe ______________________________

Haarfarbe ______________ Körperbau ____

Besondere Merkmale ____

Charaktereigenschaften ____

____

Krankheiten ____

____

Besondere Interessen

____

____

Reisen

____

____

15

Meine Urgroßmutter
(Mutter von 7)

Name ______________________ Geburtsname ______________________

Vorname(n) ____

geboren am ______________________ in ______________________

getauft am ______________________ in ______________________

Taufpaten ____

gestorben am ______________________ in ______________________

beerdigt am ______________________ in ______________________

Vater ______________________ geb. am __________ in __________

Mutter ______________________ geb. am __________ in __________

Geschwister

1. ______________________ geb. __________ gest. __________
2. ______________________ geb. __________ gest. __________
3. ______________________ geb. __________ gest. __________
4. ______________________ geb. __________ gest. __________

1. Heirat am ______________________ in __________ mit __________

2. Heirat am ______________________ in __________ mit __________

Kinder

1. ______________________ geb. __________ gest. __________
2. ______________________ geb. __________ gest. __________
3. ______________________ geb. __________ gest. __________
4. ______________________ geb. __________ gest. __________

Die Persönlichkeit

Kleinkindzeit ______________________________

____

____

____

____

Schulbeginn am ______________ in ______________

Schulbildung ______________________________

____

____

____

Schulabschluss am ______________ in ______________

Kommunion am ______________ in ______________

Firmung am ______________ in ______________

Konfirmation am ______________ in ______________

Berufsbildung ______________________________

____

____

Berufsabschluss ______________________________

____

____

____

Die Persönlichkeit

Umzüge und Wohnorte

am ______________________ nach ______________________

am ______________________ nach ______________________

am ______________________ nach ______________________

am ______________________ nach ______________________

Beruflicher Werdegang und ausgeübte Tätigkeiten

Ehrenämter

Pension/Rente

Anmerkungen

Zeitungsausschnitte, Anzeigen,

Karten und Fotos

Körperliche Merkmale

Größe ______________ Gewicht ______________ Augenfarbe ______________

Haarfarbe ______________ Körperbau ______________

Besondere Merkmale ______________

Charaktereigenschaften ______________

____

Krankheiten ______________

____

Besondere Interessen

____

____

Reisen

____

____

16

Mein Altvater
(Vater von 8)

Name ______________________ Geburtsname ______________________

Vorname(n) ____

geboren am ______________________ in ______________________

getauft am ______________________ in ______________________

Taufpaten ____

gestorben am ______________________ in ______________________

beerdigt am ______________________ in ______________________

Vater ______________________ geb. am ____________ in ____________

Mutter ______________________ geb. am ____________ in ____________

Geschwister

1. ______________________ geb. ____________ gest. ____________
2. ______________________ geb. ____________ gest. ____________
3. ______________________ geb. ____________ gest. ____________
4. ______________________ geb. ____________ gest. ____________

1. Heirat am ______________________ in ____________ mit ____________

2. Heirat am ______________________ in ____________ mit ____________

Kinder

1. ______________________ geb. ____________ gest. ____________
2. ______________________ geb. ____________ gest. ____________
3. ______________________ geb. ____________ gest. ____________
4. ______________________ geb. ____________ gest. ____________

Die Persönlichkeit

Schulbeginn am ______________________ in ______________________________________

Schulbildung ____

____

Schulabschluss am ______________________ in ______________________________________

Kommunion am ______________________ in ______________________________________

Firmung am ______________________ in ______________________________________

Konfirmation am ______________________ in ______________________________________

Berufsbildung ____

Berufsabschluss ____

Beruflicher Werdegang und ausgeübte Tätigkeiten ______________________________

____

Umzüge und Wohnorte ____

____

Charaktereigenschaften ____

Krankheiten ____

____

____

Anmerkungen ____

____

____

17

Meine Altmutter
(Mutter von 8)

Name ______ Geburtsname ______

Vorname(n) ______

geboren am ______ in ______

getauft am ______ in ______

Taufpaten ______

gestorben am ______ in ______

beerdigt am ______ in ______

Vater ______ geb. am ______ in ______

Mutter ______ geb. am ______ in ______

Geschwister

1. ______ geb. ______ gest. ______
2. ______ geb. ______ gest. ______
3. ______ geb. ______ gest. ______
4. ______ geb. ______ gest. ______

1. Heirat am ______ in ______ mit ______

2. Heirat am ______ in ______ mit ______

Kinder

1. ______ geb. ______ gest. ______
2. ______ geb. ______ gest. ______
3. ______ geb. ______ gest. ______
4. ______ geb. ______ gest. ______

Die Persönlichkeit

Schulbeginn am ______________________ in ______________________

Schulbildung ______________________

____

Schulabschluss am ______________________ in ______________________

Kommunion am ______________________ in ______________________

Firmung am ______________________ in ______________________

Konfirmation am ______________________ in ______________________

Berufsbildung ______________________

Berufsabschluss ______________________

Beruflicher Werdegang und ausgeübte Tätigkeiten ______________________

____

Umzüge und Wohnorte ______________________

____

Charaktereigenschaften ______________________

Krankheiten ______________________

____

____

Anmerkungen ______________________

____

____

18

Mein Altvater

(Vater von 9)

Name ______ Geburtsname ______

Vorname(n) ______

geboren am ______ in ______

getauft am ______ in ______

Taufpaten ______

gestorben am ______ in ______

beerdigt am ______ in ______

Vater ______ geb. am ______ in ______

Mutter ______ geb. am ______ in ______

Geschwister

1. ______ geb. ______ gest. ______
2. ______ geb. ______ gest. ______
3. ______ geb. ______ gest. ______
4. ______ geb. ______ gest. ______

1. Heirat am ______ in ______ mit ______

2. Heirat am ______ in ______ mit ______

Kinder

1. ______ geb. ______ gest. ______
2. ______ geb. ______ gest. ______
3. ______ geb. ______ gest. ______
4. ______ geb. ______ gest. ______

Die Persönlichkeit

Schulbeginn am ______________________ in ____

Schulbildung ____

____

Schulabschluss am ___________________ in ____

Kommunion am _______________________ in ____

Firmung am _________________________ in ____

Konfirmation am _____________________ in ____

Berufsbildung ____

Berufsabschluss ____

Beruflicher Werdegang und ausgeübte Tätigkeiten ___________________________________

____

Umzüge und Wohnorte ____

____

Charaktereigenschaften ____

Krankheiten ____

____

____

Anmerkungen ____

____

____

19

Meine Altmutter

(Mutter von 9)

Name ______________ Geburtsname ______________

Vorname(n) ______________

geboren am ______________ in ______________

getauft am ______________ in ______________

Taufpaten ______________

gestorben am ______________ in ______________

beerdigt am ______________ in ______________

Vater ______________ geb. am ______________ in ______________

Mutter ______________ geb. am ______________ in ______________

Geschwister

1. ______________ geb. ______________ gest. ______________
2. ______________ geb. ______________ gest. ______________
3. ______________ geb. ______________ gest. ______________
4. ______________ geb. ______________ gest. ______________

1. Heirat am ______________ in ______________ mit ______________

2. Heirat am ______________ in ______________ mit ______________

Kinder

1. ______________ geb. ______________ gest. ______________
2. ______________ geb. ______________ gest. ______________
3. ______________ geb. ______________ gest. ______________
4. ______________ geb. ______________ gest. ______________

Die Persönlichkeit

Schulbeginn am ______________ in ______________

Schulbildung ______________

____

Schulabschluss am ______________ in ______________

Kommunion am ______________ in ______________

Firmung am ______________ in ______________

Konfirmation am ______________ in ______________

Berufsbildung ______________

Berufsabschluss ______________

Beruflicher Werdegang und ausgeübte Tätigkeiten ______________

____

Umzüge und Wohnorte ______________

____

Charaktereigenschaften ______________

Krankheiten ______________

____

____

Anmerkungen ______________

____

____

20

Mein Altvater

(Vater von 10)

Name ______ Geburtsname ______

Vorname(n) ______

geboren am ______ in ______

getauft am ______ in ______

Taufpaten ______

gestorben am ______ in ______

beerdigt am ______ in ______

Vater ______ geb. am ______ in ______

Mutter ______ geb. am ______ in ______

Geschwister

1. ______ geb. ______ gest. ______
2. ______ geb. ______ gest. ______
3. ______ geb. ______ gest. ______
4. ______ geb. ______ gest. ______

1. Heirat am ______ in ______ mit ______

2. Heirat am ______ in ______ mit ______

Kinder

1. ______ geb. ______ gest. ______
2. ______ geb. ______ gest. ______
3. ______ geb. ______ gest. ______
4. ______ geb. ______ gest. ______

Die Persönlichkeit

Schulbeginn am ______________ in ______________

Schulbildung ______________

____

Schulabschluss am ______________ in ______________

Kommunion am ______________ in ______________

Firmung am ______________ in ______________

Konfirmation am ______________ in ______________

Berufsbildung ______________

Berufsabschluss ______________

Beruflicher Werdegang und ausgeübte Tätigkeiten ______________

____

Umzüge und Wohnorte ______________

____

Charaktereigenschaften ______________

Krankheiten ______________

____

____

Anmerkungen ______________

____

____

21

Meine Altmutter

(Mutter von 10)

Name ______________________ Geburtsname ______________________

Vorname(n) ______________________

geboren am ______________________ in ______________________

getauft am ______________________ in ______________________

Taufpaten ______________________

gestorben am ______________________ in ______________________

beerdigt am ______________________ in ______________________

Vater ______________________ geb. am ____________ in ____________

Mutter ______________________ geb. am ____________ in ____________

Geschwister

1. ______________________ geb. ____________ gest. ____________
2. ______________________ geb. ____________ gest. ____________
3. ______________________ geb. ____________ gest. ____________
4. ______________________ geb. ____________ gest. ____________

1\. Heirat am ____________ in ____________ mit ____________

2\. Heirat am ____________ in ____________ mit ____________

Kinder

1. ______________________ geb. ____________ gest. ____________
2. ______________________ geb. ____________ gest. ____________
3. ______________________ geb. ____________ gest. ____________
4. ______________________ geb. ____________ gest. ____________

Die Persönlichkeit

Schulbeginn am ____________________ in ______________________________

Schulbildung ____

____

Schulabschluss am __________________ in ______________________________

Kommunion am ______________________ in ______________________________

Firmung am ________________________ in ______________________________

Konfirmation am ____________________ in ______________________________

Berufsbildung ____

Berufsabschluss ____

Beruflicher Werdegang und ausgeübte Tätigkeiten _________________________

____

Umzüge und Wohnorte ____

____

Charaktereigenschaften ____

Krankheiten ____

____

____

Anmerkungen ____

____

____

22

Mein Altvater
(Vater von 11)

Name ______ Geburtsname ______

Vorname(n) ______

geboren am ______ in ______

getauft am ______ in ______

Taufpaten ______

gestorben am ______ in ______

beerdigt am ______ in ______

Vater ______ geb. am ______ in ______

Mutter ______ geb. am ______ in ______

Geschwister

1. ______ geb. ______ gest. ______
2. ______ geb. ______ gest. ______
3. ______ geb. ______ gest. ______
4. ______ geb. ______ gest. ______

1. Heirat am ______ in ______ mit ______

2. Heirat am ______ in ______ mit ______

Kinder

1. ______ geb. ______ gest. ______
2. ______ geb. ______ gest. ______
3. ______ geb. ______ gest. ______
4. ______ geb. ______ gest. ______

Die Persönlichkeit

Schulbeginn am ______________________ in ______________________

Schulbildung ______________________

____

Schulabschluss am ______________________ in ______________________

Kommunion am ______________________ in ______________________

Firmung am ______________________ in ______________________

Konfirmation am ______________________ in ______________________

Berufsbildung ______________________

Berufsabschluss ______________________

Beruflicher Werdegang und ausgeübte Tätigkeiten ______________________

____

Umzüge und Wohnorte ______________________

____

Charaktereigenschaften ______________________

Krankheiten ______________________

____

____

Anmerkungen ______________________

____

____

23

Meine Altmutter

(Mutter von 11)

Name ______________________ Geburtsname ______________________

Vorname(n) ____

geboren am ______________________ in ______________________

getauft am ______________________ in ______________________

Taufpaten ____

gestorben am ______________________ in ______________________

beerdigt am ______________________ in ______________________

Vater ______________________ geb. am ____________ in ____________

Mutter ______________________ geb. am ____________ in ____________

Geschwister

1. ______________________ geb. ____________ gest. ____________
2. ______________________ geb. ____________ gest. ____________
3. ______________________ geb. ____________ gest. ____________
4. ______________________ geb. ____________ gest. ____________

1. Heirat am ______________________ in ____________ mit ____________
2. Heirat am ______________________ in ____________ mit ____________

Kinder

1. ______________________ geb. ____________ gest. ____________
2. ______________________ geb. ____________ gest. ____________
3. ______________________ geb. ____________ gest. ____________
4. ______________________ geb. ____________ gest. ____________

Die Persönlichkeit

Schulbeginn am ______________________ in ______________________

Schulbildung ______________________

____

Schulabschluss am ______________________ in ______________________

Kommunion am ______________________ in ______________________

Firmung am ______________________ in ______________________

Konfirmation am ______________________ in ______________________

Berufsbildung ______________________

Berufsabschluss ______________________

Beruflicher Werdegang und ausgeübte Tätigkeiten ______________________

____

Umzüge und Wohnorte ______________________

____

Charaktereigenschaften ______________________

Krankheiten ______________________

____

____

Anmerkungen ______________________

____

____

24

Mein Altvater

(Vater von 12)

Name ______________________ Geburtsname ______________________

Vorname(n) ____

geboren am ______________________ in ______________________

getauft am ______________________ in ______________________

Taufpaten ____

gestorben am ______________________ in ______________________

beerdigt am ______________________ in ______________________

Vater ______________________ geb. am ____________ in ____________

Mutter ______________________ geb. am ____________ in ____________

Geschwister

1. ______________________ geb. ____________ gest. ____________
2. ______________________ geb. ____________ gest. ____________
3. ______________________ geb. ____________ gest. ____________
4. ______________________ geb. ____________ gest. ____________

1\. Heirat am ______________________ in ____________ mit ____________

2\. Heirat am ______________________ in ____________ mit ____________

Kinder

1. ______________________ geb. ____________ gest. ____________
2. ______________________ geb. ____________ gest. ____________
3. ______________________ geb. ____________ gest. ____________
4. ______________________ geb. ____________ gest. ____________

Die Persönlichkeit

Schulbeginn am ____________ *in* ____________

Schulbildung ____________

____

Schulabschluss am ____________ *in* ____________

Kommunion am ____________ *in* ____________

Firmung am ____________ *in* ____________

Konfirmation am ____________ *in* ____________

Berufsbildung ____________

Berufsabschluss ____________

Beruflicher Werdegang und ausgeübte Tätigkeiten ____________

____

Umzüge und Wohnorte ____________

____

Charaktereigenschaften ____________

Krankheiten ____________

____

____

Anmerkungen ____________

____

____

25

Meine Altmutter

(Mutter von 12)

Name ______ Geburtsname ______

Vorname(n) ______

geboren am ______ in ______

getauft am ______ in ______

Taufpaten ______

gestorben am ______ in ______

beerdigt am ______ in ______

Vater ______ geb. am ______ in ______

Mutter ______ geb. am ______ in ______

Geschwister

1. ______ geb. ______ gest. ______
2. ______ geb. ______ gest. ______
3. ______ geb. ______ gest. ______
4. ______ geb. ______ gest. ______

1. Heirat am ______ in ______ mit ______

2. Heirat am ______ in ______ mit ______

Kinder

1. ______ geb. ______ gest. ______
2. ______ geb. ______ gest. ______
3. ______ geb. ______ gest. ______
4. ______ geb. ______ gest. ______

Die Persönlichkeit

Schulbeginn am ____________________ in ______________________________

Schulbildung ____

____

Schulabschluss am ____________________ in ______________________________

Kommunion am ____________________ in ______________________________

Firmung am ____________________ in ______________________________

Konfirmation am ____________________ in ______________________________

Berufsbildung ____

Berufsabschluss ____

Beruflicher Werdegang und ausgeübte Tätigkeiten ______________________________

____

Umzüge und Wohnorte ____

____

Charaktereigenschaften ____

Krankheiten ____

____

____

Anmerkungen ____

____

____

Mein Altvater

(Vater von 13)

Name ______________ Geburtsname ______________

Vorname(n) ______________

geboren am ______________ in ______________

getauft am ______________ in ______________

Taufpaten ______________

gestorben am ______________ in ______________

beerdigt am ______________ in ______________

Vater ______________ geb. am ______________ in ______________

Mutter ______________ geb. am ______________ in ______________

Geschwister

1. ______________ geb. ______________ gest. ______________
2. ______________ geb. ______________ gest. ______________
3. ______________ geb. ______________ gest. ______________
4. ______________ geb. ______________ gest. ______________

1. Heirat am ______________ in ______________ mit ______________

2. Heirat am ______________ in ______________ mit ______________

Kinder

1. ______________ geb. ______________ gest. ______________
2. ______________ geb. ______________ gest. ______________
3. ______________ geb. ______________ gest. ______________
4. ______________ geb. ______________ gest. ______________

Die Persönlichkeit

Schulbeginn am ______________________ in ____

Schulbildung ____

____

Schulabschluss am ______________________ in ____________________________________

Kommunion am __________________________ in ____________________________________

Firmung am ____________________________ in ____________________________________

Konfirmation am ________________________ in ____________________________________

Berufsbildung ____

Berufsabschluss ____

Beruflicher Werdegang und ausgeübte Tätigkeiten ___________________________________

____

Umzüge und Wohnorte ____

____

Charaktereigenschaften ____

Krankheiten ____

____

____

Anmerkungen ____

____

____

27

Meine Altmutter

(Mutter von 13)

Name ______________________ Geburtsname ______________________

Vorname(n) ____

geboren am ______________________ in ______________________

getauft am ______________________ in ______________________

Taufpaten ____

gestorben am ______________________ in ______________________

beerdigt am ______________________ in ______________________

Vater ______________________ geb. am ____________ in ______________

Mutter ______________________ geb. am ____________ in ______________

Geschwister

1. ______________________ geb. ____________ gest. ______________
2. ______________________ geb. ____________ gest. ______________
3. ______________________ geb. ____________ gest. ______________
4. ______________________ geb. ____________ gest. ______________

1. Heirat am ______________________ in ____________ mit ______________

2. Heirat am ______________________ in ____________ mit ______________

Kinder

1. ______________________ geb. ____________ gest. ______________
2. ______________________ geb. ____________ gest. ______________
3. ______________________ geb. ____________ gest. ______________
4. ______________________ geb. ____________ gest. ______________

Die Persönlichkeit

Schulbeginn am ____________________ *in* ______________________________

Schulbildung ____

____

Schulabschluss am __________________ *in* ______________________________

Kommunion am ____________________ *in* ______________________________

Firmung am ______________________ *in* ______________________________

Konfirmation am __________________ *in* ______________________________

Berufsbildung ____

Berufsabschluss ____

Beruflicher Werdegang und ausgeübte Tätigkeiten ________________________

____

Umzüge und Wohnorte ____

____

Charaktereigenschaften ____

Krankheiten ____

____

____

Anmerkungen ____

____

____

28

Mein Altvater

(Vater von 14)

Name ______________________ Geburtsname ______________________

Vorname(n) ____

geboren am ______________________ in ______________________

getauft am ______________________ in ______________________

Taufpaten ____

gestorben am ______________________ in ______________________

beerdigt am ______________________ in ______________________

Vater ______________________ geb. am ____________ in ____________

Mutter ______________________ geb. am ____________ in ____________

Geschwister

1. ______________________ geb. ____________ gest. ____________
2. ______________________ geb. ____________ gest. ____________
3. ______________________ geb. ____________ gest. ____________
4. ______________________ geb. ____________ gest. ____________

1. Heirat am ______________________ in ____________ mit ____________

2. Heirat am ______________________ in ____________ mit ____________

Kinder

1. ______________________ geb. ____________ gest. ____________
2. ______________________ geb. ____________ gest. ____________
3. ______________________ geb. ____________ gest. ____________
4. ______________________ geb. ____________ gest. ____________

Die Persönlichkeit

Schulbeginn am ______________ in ______________________

Schulbildung ______________________________________

____

Schulabschluss am ______________ in ______________________

Kommunion am ______________ in ______________________

Firmung am ______________ in ______________________

Konfirmation am ______________ in ______________________

Berufsbildung ______________________________________

Berufsabschluss ______________________________________

Beruflicher Werdegang und ausgeübte Tätigkeiten ______________

____

Umzüge und Wohnorte ______________________________________

____

Charaktereigenschaften ______________________________________

Krankheiten ______________________________________

____

____

Anmerkungen ______________________________________

____

____

29

Meine Altmutter

(Mutter von 14)

Name ______________________ Geburtsname ______________________

Vorname(n) ______________________

geboren am ______________________ in ______________________

getauft am ______________________ in ______________________

Taufpaten ______________________

gestorben am ______________________ in ______________________

beerdigt am ______________________ in ______________________

Vater ______________________ geb. am ____________ in ____________

Mutter ______________________ geb. am ____________ in ____________

Geschwister

1. ______________________ geb. ____________ gest. ____________
2. ______________________ geb. ____________ gest. ____________
3. ______________________ geb. ____________ gest. ____________
4. ______________________ geb. ____________ gest. ____________

1. Heirat am ______________________ in ____________ mit ____________

2. Heirat am ______________________ in ____________ mit ____________

Kinder

1. ______________________ geb. ____________ gest. ____________
2. ______________________ geb. ____________ gest. ____________
3. ______________________ geb. ____________ gest. ____________
4. ______________________ geb. ____________ gest. ____________

Die Persönlichkeit

Schulbeginn am ______________________ in ______________________

Schulbildung ____

____

Schulabschluss am ______________________ in ______________________

Kommunion am ______________________ in ______________________

Firmung am ______________________ in ______________________

Konfirmation am ______________________ in ______________________

Berufsbildung ____

Berufsabschluss ____

Beruflicher Werdegang und ausgeübte Tätigkeiten ______________________

____

Umzüge und Wohnorte ____

____

Charaktereigenschaften ____

Krankheiten ____

____

____

Anmerkungen ____

____

____

30

Mein Altvater

(Vater von 15)

Name ______________________ Geburtsname ______________________

Vorname(n) ____

geboren am ______________________ in ______________________

getauft am ______________________ in ______________________

Taufpaten ____

gestorben am ______________________ in ______________________

beerdigt am ______________________ in ______________________

Vater ______________________ geb. am ____________ in ____________

Mutter ______________________ geb. am ____________ in ____________

Geschwister

1. ______________________ geb. ____________ gest. ____________
2. ______________________ geb. ____________ gest. ____________
3. ______________________ geb. ____________ gest. ____________
4. ______________________ geb. ____________ gest. ____________

1. Heirat am ______________________ in ____________ mit ____________

2. Heirat am ______________________ in ____________ mit ____________

Kinder

1. ______________________ geb. ____________ gest. ____________
2. ______________________ geb. ____________ gest. ____________
3. ______________________ geb. ____________ gest. ____________
4. ______________________ geb. ____________ gest. ____________

Die Persönlichkeit

Schulbeginn am ______________ in ______________________

Schulbildung ____

____

Schulabschluss am ______________ in ______________________

Kommunion am ______________ in ______________________

Firmung am ______________ in ______________________

Konfirmation am ______________ in ______________________

Berufsbildung ____

Berufsabschluss ____

Beruflicher Werdegang und ausgeübte Tätigkeiten ____________

____

Umzüge und Wohnorte ______________________________________

____

Charaktereigenschaften ___________________________________

Krankheiten ____

____

____

Anmerkungen ____

____

____

31

Meine Altmutter

(Mutter von 15)

Name ______________________ Geburtsname ______________________

Vorname(n) ____

geboren am ______________________ in ______________________

getauft am ______________________ in ______________________

Taufpaten ____

gestorben am ______________________ in ______________________

beerdigt am ______________________ in ______________________

Vater ______________________ geb. am ____________ in ____________

Mutter ______________________ geb. am ____________ in ____________

Geschwister

1. ______________________ geb. ____________ gest. ____________
2. ______________________ geb. ____________ gest. ____________
3. ______________________ geb. ____________ gest. ____________
4. ______________________ geb. ____________ gest. ____________

1. Heirat am ______________________ in ____________ mit ____________

2. Heirat am ______________________ in ____________ mit ____________

Kinder

1. ______________________ geb. ____________ gest. ____________
2. ______________________ geb. ____________ gest. ____________
3. ______________________ geb. ____________ gest. ____________
4. ______________________ geb. ____________ gest. ____________

Die Persönlichkeit

Schulbeginn am ______________ in ______________________

Schulbildung ____________________________________

____

Schulabschluss am ______________ in ______________________

Kommunion am ______________ in ______________________

Firmung am ______________ in ______________________

Konfirmation am ______________ in ______________________

Berufsbildung ____________________________________

Berufsabschluss ____________________________________

Beruflicher Werdegang und ausgeübte Tätigkeiten ______________

____

Umzüge und Wohnorte ____________________________________

____

Charaktereigenschaften ____________________________________

Krankheiten ____________________________________

____

____

Anmerkungen ____________________________________

____

____

32

Mein Altgroßvater

(Vater von 16)

Name ______ Geburtsname ______

Vorname(n) ______

geboren am ______ in ______

getauft am ______ in ______

Taufpaten ______

gestorben am ______ in ______

beerdigt am ______ in ______

Vater ______ geb. am ______ in ______

Mutter ______ geb. am ______ in ______

Geschwister

1. ______ geb. ______ gest. ______
2. ______ geb. ______ gest. ______
3. ______ geb. ______ gest. ______
4. ______ geb. ______ gest. ______

1. Heirat am ______ in ______ mit ______

2. Heirat am ______ in ______ mit ______

Kinder

1. ______ geb. ______ gest. ______
2. ______ geb. ______ gest. ______
3. ______ geb. ______ gest. ______
4. ______ geb. ______ gest. ______

Meine Altgroßmutter

(Mutter von 16)

Name ______________________ Geburtsname ______________________

Vorname(n) ______________________

geboren am ______________________ in ______________________

getauft am ______________________ in ______________________

Taufpaten ______________________

gestorben am ______________________ in ______________________

beerdigt am ______________________ in ______________________

Vater ______________________ geb. am ____________ in ____________

Mutter ______________________ geb. am ____________ in ____________

Geschwister

1. ______________________ geb. ____________ gest. ____________
2. ______________________ geb. ____________ gest. ____________
3. ______________________ geb. ____________ gest. ____________
4. ______________________ geb. ____________ gest. ____________

1. Heirat am ______________________ in ____________ mit ____________

2. Heirat am ______________________ in ____________ mit ____________

Kinder

1. ______________________ geb. ____________ gest. ____________
2. ______________________ geb. ____________ gest. ____________
3. ______________________ geb. ____________ gest. ____________
4. ______________________ geb. ____________ gest. ____________

34

Mein Altgroßvater

(Vater von 17)

Name ______________________ Geburtsname ______________________

Vorname(n) ______________________

geboren am ______________________ in ______________________

getauft am ______________________ in ______________________

Taufpaten ______________________

gestorben am ______________________ in ______________________

beerdigt am ______________________ in ______________________

Vater ______________________ geb. am ____________ in ____________

Mutter ______________________ geb. am ____________ in ____________

Geschwister

1. ______________________ geb. ____________ gest. ____________
2. ______________________ geb. ____________ gest. ____________
3. ______________________ geb. ____________ gest. ____________
4. ______________________ geb. ____________ gest. ____________

1. Heirat am ______________________ in ____________ mit ____________

2. Heirat am ______________________ in ____________ mit ____________

Kinder

1. ______________________ geb. ____________ gest. ____________
2. ______________________ geb. ____________ gest. ____________
3. ______________________ geb. ____________ gest. ____________
4. ______________________ geb. ____________ gest. ____________

Meine Altgroßmutter

35

(Mutter von 17)

Name ______________________ Geburtsname ______________________

Vorname(n) ____

geboren am ______________________ in ______________________

getauft am ______________________ in ______________________

Taufpaten ____

gestorben am ______________________ in ______________________

beerdigt am ______________________ in ______________________

Vater ______________________ geb. am ____________ in ____________

Mutter ______________________ geb. am ____________ in ____________

Geschwister

1. ______________________ geb. ____________ gest. ____________

2. ______________________ geb. ____________ gest. ____________

3. ______________________ geb. ____________ gest. ____________

4. ______________________ geb. ____________ gest. ____________

1. Heirat am ______________________ in ____________ mit ____________

2. Heirat am ______________________ in ____________ mit ____________

Kinder

1. ______________________ geb. ____________ gest. ____________

2. ______________________ geb. ____________ gest. ____________

3. ______________________ geb. ____________ gest. ____________

4. ______________________ geb. ____________ gest. ____________

36

Mein Altgroßvater

(Vater von 18)

Name ______________________ Geburtsname ______________________

Vorname(n) ____

geboren am ______________________ in ______________________

getauft am ______________________ in ______________________

Taufpaten ____

gestorben am ______________________ in ______________________

beerdigt am ______________________ in ______________________

Vater ______________________ geb. am ____________ in ____________

Mutter ______________________ geb. am ____________ in ____________

Geschwister

1. ______________________ geb. ____________ gest. ____________
2. ______________________ geb. ____________ gest. ____________
3. ______________________ geb. ____________ gest. ____________
4. ______________________ geb. ____________ gest. ____________

1. Heirat am ______________________ in ____________ mit ____________

2. Heirat am ______________________ in ____________ mit ____________

Kinder

1. ______________________ geb. ____________ gest. ____________
2. ______________________ geb. ____________ gest. ____________
3. ______________________ geb. ____________ gest. ____________
4. ______________________ geb. ____________ gest. ____________

Meine Altgroßmutter

(Mutter von 18)

Name ______________________ Geburtsname ______________________

Vorname(n) ____

geboren am ______________________ in ______________________

getauft am ______________________ in ______________________

Taufpaten ____

gestorben am ______________________ in ______________________

beerdigt am ______________________ in ______________________

Vater ______________________ geb. am ____________ in ____________

Mutter ______________________ geb. am ____________ in ____________

Geschwister

1. ______________________ geb. ____________ gest. ____________
2. ______________________ geb. ____________ gest. ____________
3. ______________________ geb. ____________ gest. ____________
4. ______________________ geb. ____________ gest. ____________

1\. Heirat am ______________________ in ____________ mit ____________

2\. Heirat am ______________________ in ____________ mit ____________

Kinder

1. ______________________ geb. ____________ gest. ____________
2. ______________________ geb. ____________ gest. ____________
3. ______________________ geb. ____________ gest. ____________
4. ______________________ geb. ____________ gest. ____________

38

Mein Altgroßvater

(Vater von 19)

Name ______________________ Geburtsname ______________________

Vorname(n) ______________________

geboren am ______________________ in ______________________

getauft am ______________________ in ______________________

Taufpaten ______________________

gestorben am ______________________ in ______________________

beerdigt am ______________________ in ______________________

Vater ______________________ geb. am ____________ in ____________

Mutter ______________________ geb. am ____________ in ____________

Geschwister

1. ______________________ geb. ____________ gest. ____________
2. ______________________ geb. ____________ gest. ____________
3. ______________________ geb. ____________ gest. ____________
4. ______________________ geb. ____________ gest. ____________

1. Heirat am ______________________ in ____________ mit ____________

2. Heirat am ______________________ in ____________ mit ____________

Kinder

1. ______________________ geb. ____________ gest. ____________
2. ______________________ geb. ____________ gest. ____________
3. ______________________ geb. ____________ gest. ____________
4. ______________________ geb. ____________ gest. ____________

Meine Altgroßmutter

(Mutter von 19)

Name ______________________ Geburtsname ______________________

Vorname(n) ____

geboren am ______________________ in ______________________

getauft am ______________________ in ______________________

Taufpaten ____

gestorben am ______________________ in ______________________

beerdigt am ______________________ in ______________________

Vater ______________________ geb. am ____________ in ____________

Mutter ______________________ geb. am ____________ in ____________

Geschwister

1. ______________________ geb. ____________ gest. ____________
2. ______________________ geb. ____________ gest. ____________
3. ______________________ geb. ____________ gest. ____________
4. ______________________ geb. ____________ gest. ____________

1. Heirat am ______________________ in ____________ mit ____________

2. Heirat am ______________________ in ____________ mit ____________

Kinder

1. ______________________ geb. ____________ gest. ____________
2. ______________________ geb. ____________ gest. ____________
3. ______________________ geb. ____________ gest. ____________
4. ______________________ geb. ____________ gest. ____________

40

Mein Altgroßvater

(Vater von 20)

Name ______________________ Geburtsname ______________________

Vorname(n) ____

geboren am ______________________ in ______________________

getauft am ______________________ in ______________________

Taufpaten ____

gestorben am ______________________ in ______________________

beerdigt am ______________________ in ______________________

Vater ______________________ geb. am ____________ in ____________

Mutter ______________________ geb. am ____________ in ____________

Geschwister

1. ______________________ geb. ____________ gest. ____________
2. ______________________ geb. ____________ gest. ____________
3. ______________________ geb. ____________ gest. ____________
4. ______________________ geb. ____________ gest. ____________

1. Heirat am ______________________ in ____________ mit ____________

2. Heirat am ______________________ in ____________ mit ____________

Kinder

1. ______________________ geb. ____________ gest. ____________
2. ______________________ geb. ____________ gest. ____________
3. ______________________ geb. ____________ gest. ____________
4. ______________________ geb. ____________ gest. ____________

Meine Altgroßmutter

(Mutter von 20)

Name ______ Geburtsname ______

Vorname(n) ______

geboren am ______ in ______

getauft am ______ in ______

Taufpaten ______

gestorben am ______ in ______

beerdigt am ______ in ______

Vater ______ geb. am ______ in ______

Mutter ______ geb. am ______ in ______

Geschwister

1. ______ geb. ______ gest. ______
2. ______ geb. ______ gest. ______
3. ______ geb. ______ gest. ______
4. ______ geb. ______ gest. ______

1. Heirat am ______ in ______ mit ______

2. Heirat am ______ in ______ mit ______

Kinder

1. ______ geb. ______ gest. ______
2. ______ geb. ______ gest. ______
3. ______ geb. ______ gest. ______
4. ______ geb. ______ gest. ______

42

Mein Altgroßvater

(Vater von 21)

Name ______________________ Geburtsname ______________________

Vorname(n) ____

geboren am ______________________ in ______________________

getauft am ______________________ in ______________________

Taufpaten ____

gestorben am ______________________ in ______________________

beerdigt am ______________________ in ______________________

Vater ______________________ geb. am ____________ in ____________

Mutter ______________________ geb. am ____________ in ____________

Geschwister

1. ______________________ geb. ____________ gest. ____________
2. ______________________ geb. ____________ gest. ____________
3. ______________________ geb. ____________ gest. ____________
4. ______________________ geb. ____________ gest. ____________

1\. Heirat am ______________________ in ____________ mit ____________

2\. Heirat am ______________________ in ____________ mit ____________

Kinder

1. ______________________ geb. ____________ gest. ____________
2. ______________________ geb. ____________ gest. ____________
3. ______________________ geb. ____________ gest. ____________
4. ______________________ geb. ____________ gest. ____________

Meine Altgroßmutter

(Mutter von 21)

43

Name ______ Geburtsname ______

Vorname(n) ______

geboren am ______ in ______

getauft am ______ in ______

Taufpaten ______

gestorben am ______ in ______

beerdigt am ______ in ______

Vater ______ geb. am ______ in ______

Mutter ______ geb. am ______ in ______

Geschwister

1. ______ geb. ______ gest. ______
2. ______ geb. ______ gest. ______
3. ______ geb. ______ gest. ______
4. ______ geb. ______ gest. ______

1. Heirat am ______ in ______ mit ______

2. Heirat am ______ in ______ mit ______

Kinder

1. ______ geb. ______ gest. ______
2. ______ geb. ______ gest. ______
3. ______ geb. ______ gest. ______
4. ______ geb. ______ gest. ______

44

Mein Altgroßvater

(Vater von 22)

Name ________________ Geburtsname ________________

Vorname(n) ________________

geboren am ________________ in ________________

getauft am ________________ in ________________

Taufpaten ________________

gestorben am ________________ in ________________

beerdigt am ________________ in ________________

Vater ________________ geb. am ________ in ________

Mutter ________________ geb. am ________ in ________

Geschwister

1. ________________ geb. ________ gest. ________
2. ________________ geb. ________ gest. ________
3. ________________ geb. ________ gest. ________
4. ________________ geb. ________ gest. ________

1\. Heirat am ________________ in ________ mit ________

2\. Heirat am ________________ in ________ mit ________

Kinder

1. ________________ geb. ________ gest. ________
2. ________________ geb. ________ gest. ________
3. ________________ geb. ________ gest. ________
4. ________________ geb. ________ gest. ________

Meine Altgroßmutter 45

(Mutter von 22)

Name ______________________ Geburtsname ______________________

Vorname(n) ____

geboren am ______________________ in ______________________

getauft am ______________________ in ______________________

Taufpaten ____

gestorben am ______________________ in ______________________

beerdigt am ______________________ in ______________________

Vater ______________________ geb. am ____________ in ____________

Mutter ______________________ geb. am ____________ in ____________

Geschwister

1. ______________________ geb. ____________ gest. ____________
2. ______________________ geb. ____________ gest. ____________
3. ______________________ geb. ____________ gest. ____________
4. ______________________ geb. ____________ gest. ____________

1. Heirat am ______________________ in ____________ mit ____________

2. Heirat am ______________________ in ____________ mit ____________

Kinder

1. ______________________ geb. ____________ gest. ____________
2. ______________________ geb. ____________ gest. ____________
3. ______________________ geb. ____________ gest. ____________
4. ______________________ geb. ____________ gest. ____________

46

Mein Altgroßvater

(Vater von 23)

Name ______________________ Geburtsname ______________________

Vorname(n) ____

geboren am ______________________ in ______________________

getauft am ______________________ in ______________________

Taufpaten ____

gestorben am ______________________ in ______________________

beerdigt am ______________________ in ______________________

Vater ______________________ geb. am ____________ in ____________

Mutter ______________________ geb. am ____________ in ____________

Geschwister

1. ______________________ geb. ____________ gest. ____________
2. ______________________ geb. ____________ gest. ____________
3. ______________________ geb. ____________ gest. ____________
4. ______________________ geb. ____________ gest. ____________

1. Heirat am ______________________ in ____________ mit ____________

2. Heirat am ______________________ in ____________ mit ____________

Kinder

1. ______________________ geb. ____________ gest. ____________
2. ______________________ geb. ____________ gest. ____________
3. ______________________ geb. ____________ gest. ____________
4. ______________________ geb. ____________ gest. ____________

Meine Altgroßmutter

47

(Mutter von 23)

Name ______ Geburtsname ______

Vorname(n) ______

geboren am ______ in ______

getauft am ______ in ______

Taufpaten ______

gestorben am ______ in ______

beerdigt am ______ in ______

Vater ______ geb. am ______ in ______

Mutter ______ geb. am ______ in ______

Geschwister

1. ______ geb. ______ gest. ______
2. ______ geb. ______ gest. ______
3. ______ geb. ______ gest. ______
4. ______ geb. ______ gest. ______

1. Heirat am ______ in ______ mit ______

2. Heirat am ______ in ______ mit ______

Kinder

1. ______ geb. ______ gest. ______
2. ______ geb. ______ gest. ______
3. ______ geb. ______ gest. ______
4. ______ geb. ______ gest. ______

48

Mein Altgroßvater
(Vater von 24)

Name ______________________ Geburtsname ______________________

Vorname(n) ____

geboren am ______________________ in ______________________

getauft am ______________________ in ______________________

Taufpaten ____

gestorben am ______________________ in ______________________

beerdigt am ______________________ in ______________________

Vater ______________________ geb. am ____________ in ____________

Mutter ______________________ geb. am ____________ in ____________

Geschwister

1. ______________________ geb. ____________ gest. ____________
2. ______________________ geb. ____________ gest. ____________
3. ______________________ geb. ____________ gest. ____________
4. ______________________ geb. ____________ gest. ____________

1. Heirat am ______________________ in ____________ mit ____________

2. Heirat am ______________________ in ____________ mit ____________

Kinder

1. ______________________ geb. ____________ gest. ____________
2. ______________________ geb. ____________ gest. ____________
3. ______________________ geb. ____________ gest. ____________
4. ______________________ geb. ____________ gest. ____________

Meine Altgroßmutter
(Mutter von 24)

Name ____________ Geburtsname ____________

Vorname(n) ____________

geboren am ____________ in ____________

getauft am ____________ in ____________

Taufpaten ____________

gestorben am ____________ in ____________

beerdigt am ____________ in ____________

Vater ____________ geb. am ____________ in ____________

Mutter ____________ geb. am ____________ in ____________

Geschwister

1. ____________ geb. ____________ gest. ____________
2. ____________ geb. ____________ gest. ____________
3. ____________ geb. ____________ gest. ____________
4. ____________ geb. ____________ gest. ____________

1. Heirat am ____________ in ____________ mit ____________

2. Heirat am ____________ in ____________ mit ____________

Kinder

1. ____________ geb. ____________ gest. ____________
2. ____________ geb. ____________ gest. ____________
3. ____________ geb. ____________ gest. ____________
4. ____________ geb. ____________ gest. ____________

50

Mein Altgroßvater

(Vater von 25)

Name ______________________ Geburtsname ______________________

Vorname (n) ______________________

geboren am ______________________ in ______________________

getauft am ______________________ in ______________________

Taufpaten ______________________

gestorben am ______________________ in ______________________

beerdigt am ______________________ in ______________________

Vater ______________________ geb. am ____________ in ____________

Mutter ______________________ geb. am ____________ in ____________

Geschwister

1. ______________________ geb. ____________ gest. ____________
2. ______________________ geb. ____________ gest. ____________
3. ______________________ geb. ____________ gest. ____________
4. ______________________ geb. ____________ gest. ____________

1. Heirat am ______________________ in ____________ mit ____________

2. Heirat am ______________________ in ____________ mit ____________

Kinder

1. ______________________ geb. ____________ gest. ____________
2. ______________________ geb. ____________ gest. ____________
3. ______________________ geb. ____________ gest. ____________
4. ______________________ geb. ____________ gest. ____________

Meine Altgroßmutter 51

(Mutter von 25)

Name ______________________ Geburtsname ______________________

Vorname(n) ______________________

geboren am ______________________ in ______________________

getauft am ______________________ in ______________________

Taufpaten ______________________

gestorben am ______________________ in ______________________

beerdigt am ______________________ in ______________________

Vater ______________________ geb. am ______________ in ______________

Mutter ______________________ geb. am ______________ in ______________

Geschwister

1. ______________________ geb. ______________ gest. ______________
2. ______________________ geb. ______________ gest. ______________
3. ______________________ geb. ______________ gest. ______________
4. ______________________ geb. ______________ gest. ______________

1. Heirat am ______________ in ______________ mit ______________

2. Heirat am ______________ in ______________ mit ______________

Kinder

1. ______________________ geb. ______________ gest. ______________
2. ______________________ geb. ______________ gest. ______________
3. ______________________ geb. ______________ gest. ______________
4. ______________________ geb. ______________ gest. ______________

52

Mein Altgroßvater

(Vater von 26)

Name ______________________ Geburtsname ______________________

Vorname(n) ______________________

geboren am ______________________ in ______________________

getauft am ______________________ in ______________________

Taufpaten ______________________

gestorben am ______________________ in ______________________

beerdigt am ______________________ in ______________________

Vater ______________________ geb. am ____________ in ____________

Mutter ______________________ geb. am ____________ in ____________

Geschwister

1. ______________________ geb. ____________ gest. ____________
2. ______________________ geb. ____________ gest. ____________
3. ______________________ geb. ____________ gest. ____________
4. ______________________ geb. ____________ gest. ____________

1. Heirat am ______________________ in ____________ mit ____________

2. Heirat am ______________________ in ____________ mit ____________

Kinder

1. ______________________ geb. ____________ gest. ____________
2. ______________________ geb. ____________ gest. ____________
3. ______________________ geb. ____________ gest. ____________
4. ______________________ geb. ____________ gest. ____________

Meine Altgroßmutter

(Mutter von 26)

Name ______________________ Geburtsname ______________________

Vorname(n) ____

geboren am ______________________ in ______________________

getauft am ______________________ in ______________________

Taufpaten ____

gestorben am ______________________ in ______________________

beerdigt am ______________________ in ______________________

Vater ______________________ geb. am ____________ in ____________

Mutter ______________________ geb. am ____________ in ____________

Geschwister

1. ______________________ geb. ____________ gest. ____________
2. ______________________ geb. ____________ gest. ____________
3. ______________________ geb. ____________ gest. ____________
4. ______________________ geb. ____________ gest. ____________

1. Heirat am ______________________ in ____________ mit ____________

2. Heirat am ______________________ in ____________ mit ____________

Kinder

1. ______________________ geb. ____________ gest. ____________
2. ______________________ geb. ____________ gest. ____________
3. ______________________ geb. ____________ gest. ____________
4. ______________________ geb. ____________ gest. ____________

54

Mein Altgroßvater

(Vater von 27)

Name ______________________ Geburtsname ______________________

Vorname(n) ____

geboren am ______________________ in ______________________

getauft am ______________________ in ______________________

Taufpaten ____

gestorben am ______________________ in ______________________

beerdigt am ______________________ in ______________________

Vater ______________________ geb. am ____________ in ____________

Mutter ______________________ geb. am ____________ in ____________

Geschwister

1. ______________________ geb. ____________ gest. ____________
2. ______________________ geb. ____________ gest. ____________
3. ______________________ geb. ____________ gest. ____________
4. ______________________ geb. ____________ gest. ____________

1\. Heirat am ______________________ in ____________ mit ____________

2\. Heirat am ______________________ in ____________ mit ____________

Kinder

1. ______________________ geb. ____________ gest. ____________
2. ______________________ geb. ____________ gest. ____________
3. ______________________ geb. ____________ gest. ____________
4. ______________________ geb. ____________ gest. ____________

Meine Altgroßmutter

55

(Mutter von 27)

Name ______ Geburtsname ______

Vorname(n) ______

geboren am ______ in ______

getauft am ______ in ______

Taufpaten ______

gestorben am ______ in ______

beerdigt am ______ in ______

Vater ______ geb. am ______ in ______

Mutter ______ geb. am ______ in ______

Geschwister

1. ______ geb. ______ gest. ______
2. ______ geb. ______ gest. ______
3. ______ geb. ______ gest. ______
4. ______ geb. ______ gest. ______

1. Heirat am ______ in ______ mit ______

2. Heirat am ______ in ______ mit ______

Kinder

1. ______ geb. ______ gest. ______
2. ______ geb. ______ gest. ______
3. ______ geb. ______ gest. ______
4. ______ geb. ______ gest. ______

56

Mein Altgroßvater

(Vater von 28)

Name ______________________ Geburtsname ______________________

Vorname(n) ____

geboren am ______________________ in ______________________

getauft am ______________________ in ______________________

Taufpaten ____

gestorben am ______________________ in ______________________

beerdigt am ______________________ in ______________________

Vater ______________________ geb. am ____________ in ____________

Mutter ______________________ geb. am ____________ in ____________

Geschwister

1. ______________________ geb. ____________ gest. ____________
2. ______________________ geb. ____________ gest. ____________
3. ______________________ geb. ____________ gest. ____________
4. ______________________ geb. ____________ gest. ____________

1. Heirat am ______________________ in ____________ mit ____________

2. Heirat am ______________________ in ____________ mit ____________

Kinder

1. ______________________ geb. ____________ gest. ____________
2. ______________________ geb. ____________ gest. ____________
3. ______________________ geb. ____________ gest. ____________
4. ______________________ geb. ____________ gest. ____________

Meine Altgroßmutter
(Mutter von 28)

Name ______ Geburtsname ______
Vorname(n) ______
geboren am ______ in ______
getauft am ______ in ______
Taufpaten ______
gestorben am ______ in ______
beerdigt am ______ in ______

Vater ______ geb. am ______ in ______
Mutter ______ geb. am ______ in ______

Geschwister
1. ______ geb. ______ gest. ______
2. ______ geb. ______ gest. ______
3. ______ geb. ______ gest. ______
4. ______ geb. ______ gest. ______

1. Heirat am ______ in ______ mit ______
2. Heirat am ______ in ______ mit ______

Kinder
1. ______ geb. ______ gest. ______
2. ______ geb. ______ gest. ______
3. ______ geb. ______ gest. ______
4. ______ geb. ______ gest. ______

58

Mein Altgroßvater

(Vater von 29)

Name ____________________ Geburtsname ____________________

Vorname(n) ____________________

geboren am ____________________ in ____________________

getauft am ____________________ in ____________________

Taufpaten ____________________

gestorben am ____________________ in ____________________

beerdigt am ____________________ in ____________________

Vater ____________________ geb. am __________ in __________

Mutter ____________________ geb. am __________ in __________

Geschwister

1. ____________________ geb. __________ gest. __________
2. ____________________ geb. __________ gest. __________
3. ____________________ geb. __________ gest. __________
4. ____________________ geb. __________ gest. __________

1. Heirat am ____________________ in __________ mit __________

2. Heirat am ____________________ in __________ mit __________

Kinder

1. ____________________ geb. __________ gest. __________
2. ____________________ geb. __________ gest. __________
3. ____________________ geb. __________ gest. __________
4. ____________________ geb. __________ gest. __________

Meine Altgroßmutter

(Mutter von 29)

59

Name ______ Geburtsname ______

Vorname(n) ______

geboren am ______ in ______

getauft am ______ in ______

Taufpaten ______

gestorben am ______ in ______

beerdigt am ______ in ______

Vater ______ geb. am ______ in ______

Mutter ______ geb. am ______ in ______

Geschwister

1. ______ geb. ______ gest. ______
2. ______ geb. ______ gest. ______
3. ______ geb. ______ gest. ______
4. ______ geb. ______ gest. ______

1. Heirat am ______ in ______ mit ______

2. Heirat am ______ in ______ mit ______

Kinder

1. ______ geb. ______ gest. ______
2. ______ geb. ______ gest. ______
3. ______ geb. ______ gest. ______
4. ______ geb. ______ gest. ______

60

Mein Altgroßvater

(Vater von 30)

Name ______________________ Geburtsname ______________________

Vorname(n) ____

geboren am ______________________ in ______________________

getauft am ______________________ in ______________________

Taufpaten ____

gestorben am ______________________ in ______________________

beerdigt am ______________________ in ______________________

Vater ______________________ geb. am ____________ in ____________

Mutter ______________________ geb. am ____________ in ____________

Geschwister

1. ______________________ geb. ____________ gest. ____________
2. ______________________ geb. ____________ gest. ____________
3. ______________________ geb. ____________ gest. ____________
4. ______________________ geb. ____________ gest. ____________

1. Heirat am ______________________ in ____________ mit ____________

2. Heirat am ______________________ in ____________ mit ____________

Kinder

1. ______________________ geb. ____________ gest. ____________
2. ______________________ geb. ____________ gest. ____________
3. ______________________ geb. ____________ gest. ____________
4. ______________________ geb. ____________ gest. ____________

Meine Altgroßmutter

(Mutter von 30)

Name ______ Geburtsname ______

Vorname(n) ______

geboren am ______ in ______

getauft am ______ in ______

Taufpaten ______

gestorben am ______ in ______

beerdigt am ______ in ______

Vater ______ geb. am ______ in ______

Mutter ______ geb. am ______ in ______

Geschwister

1. ______ geb. ______ gest. ______
2. ______ geb. ______ gest. ______
3. ______ geb. ______ gest. ______
4. ______ geb. ______ gest. ______

1. Heirat am ______ in ______ mit ______
2. Heirat am ______ in ______ mit ______

Kinder

1. ______ geb. ______ gest. ______
2. ______ geb. ______ gest. ______
3. ______ geb. ______ gest. ______
4. ______ geb. ______ gest. ______

62

Mein Altgroßvater

(Vater von 31)

Name ______ Geburtsname ______

Vorname(n) ______

geboren am ______ in ______

getauft am ______ in ______

Taufpaten ______

gestorben am ______ in ______

beerdigt am ______ in ______

Vater ______ geb. am ______ in ______

Mutter ______ geb. am ______ in ______

Geschwister

1. ______ geb. ______ gest. ______
2. ______ geb. ______ gest. ______
3. ______ geb. ______ gest. ______
4. ______ geb. ______ gest. ______

1. Heirat am ______ in ______ mit ______

2. Heirat am ______ in ______ mit ______

Kinder

1. ______ geb. ______ gest. ______
2. ______ geb. ______ gest. ______
3. ______ geb. ______ gest. ______
4. ______ geb. ______ gest. ______

Meine Altgroßmutter

(Mutter von 31)

Name ________________ Geburtsname ________________

Vorname(n) ________________

geboren am ________________ in ________________

getauft am ________________ in ________________

Taufpaten ________________

gestorben am ________________ in ________________

beerdigt am ________________ in ________________

Vater ________________ geb. am ________ in ________

Mutter ________________ geb. am ________ in ________

Geschwister

1. ________________ geb. ________ gest. ________
2. ________________ geb. ________ gest. ________
3. ________________ geb. ________ gest. ________
4. ________________ geb. ________ gest. ________

1. Heirat am ________________ in ________ mit ________
2. Heirat am ________________ in ________ mit ________

Kinder

1. ________________ geb. ________ gest. ________
2. ________________ geb. ________ gest. ________
3. ________________ geb. ________ gest. ________
4. ________________ geb. ________ gest. ________

Kennzeichen meiner Familie

Die Wohnorte meiner Familie

Wie meine Eltern (2,3) wohnten:

Wie meine Großeltern (4,5) wohnten:

Wie meine Großeltern (6,7) wohnten:

Wie meine Urgroßeltern (8,9) wohnten:

Kennzeichen meiner Familie

Die Wohnorte meiner Familie

Wie meine Urgroßeltern (10,11) wohnten:

Wie meine Urgroßeltern (12,13) wohnten:

Wie meine Urgroßeltern (14,15) wohnten:

Wie meine Ahnen wohnten:

Merkmale meiner Vorfahren

Die Charaktereigenschaften der männlichen Vorfahren:

Das Aussehen der männlichen Vorfahren:

Merkmale meiner Vorfahren

Die Charaktereigenschaften der weiblichen Vorfahren:

Das Aussehen der weiblichen Vorfahren:

Krankheiten meiner Vorfahren

Welche Krankheiten häufig auftraten

Sterbealter meiner Vorfahren

Sterbealter meiner Eltern, Großeltern, Urgroßeltern

Mein Vater (2): ____________________

Meine Mutter (3): ____________________

Mein Großvater (4): ____________________

Meine Großmutter (5): ____________________

Mein Großvater (6): ____________________

Meine Großmutter (7): ____________________

Mein Urgroßvater (8): ____________________

Meine Urgroßmutter (9): ____________________

Mein Urgroßvater (10): ____________________

Meine Urgroßmutter (11): ____________________

Mein Urgroßvater (12): ____________________

Meine Urgroßmutter (13): ____________________

Mein Urgroßvater (14): ____________________

Meine Urgroßmutter (15): ____________________

Meine Ahnen: ____________________

Berufe meiner Vorfahren

Beruf meines Vaters (2): __________

Beruf meiner Mutter (3): __________

Beruf meines Großvaters (4): __________

Beruf meiner Großmutter (5): __________

Beruf meines Großvaters (6): __________

Beruf meiner Großmutter (7): __________

Beruf meines Urgroßvaters (8): __________

Beruf meiner Urgroßmutter (9): __________

Beruf meines Urgroßvaters (10): __________

Beruf meiner Urgroßmutter (11): __________

Beruf meines Urgroßvaters (12): __________

Beruf meiner Urgroßmutter (13): __________

Beruf meines Urgroßvaters (14): __________

Beruf meiner Urgroßmutter (15): __________

Berufe meiner Ahnen: __________

Geschichten und Anekdoten

Geschichten und Anekdoten

Genehmigte Lizenzausgabe
EDITION XXL GmbH
Reichelsheim 2003

Text: Anke Fischer
Layout und Satz: Mathias Weil
Rex Produktion, Fränkisch-Crumbach
Abbildungen: Antiquariat R. Mehrdorf

ISBN 3-89736-319-4